JACK C. RICHARDS   DAVID BYCINA

PERSON TO PERSON

Communicative speaking and listening skills

BOOK 1

OXFORD UNIVERSITY PRESS

Oxford University Press
200 Madison Avenue   New York, N.Y.   10016   USA

Walton Street   Oxford   OX2   6DP   England

OXFORD is a trademark of Oxford University Press.

Library of Congress Cataloging in Publication Data

Richards, Jack C.
Person to person.

1. English language — Text-books for foreign speakers.
I. Bycina, David.   II. Title.
PE1128.R46   1984   428.3'4   84–14743
ISBN 0–19–434150–X (v.1)

Illustrations by:

Barney Aldridge	Richard Cole
Peter Dennis	Leo Duff
Cecilia Eales	Simon Gooch
Kevin Hudson	Roy Ingram
Edward McLachlan	Kate Simpson

Photographs by:

Simon Baigelman   Terry Williams

The publishers would like to thank the following for their time
and assistance: the Ford Foundation, Greyhound Lines, Inc.,
Irving Trust, La Rousse, Lindy's Restaurant, the New Briar.

The authors are grateful to the following: Michael
Macfarlane, Oxford University Press, Tokyo, for assistance
in planning and evaluating trial versions of the materials;
Peggy Intrator and Susan Lanzano of Oxford University
Press, New York, for their editorial support, numerous helpful
suggestions and for overseeing the publication of the project.

Filmset in Helvetica by Filmtype Services Limited,
Scarborough, North Yorkshire, England.

Printing (last digit): 19 18 17 16 15 14

Printed in Hong Kong

TABLE OF CONTENTS

TO THE STUDENT

Up to now your study of English has probably focused on the study of English grammar and vocabulary. You already know quite a lot about what the rules of English grammar are, and how sentences are formed in English. This knowledge provides an important foundation for you to use in learning to speak and understand English. But the study of English grammar by itself will not enable you to speak English fluently. In order to develop conversational listening and speaking skills you need practice in these skills and this is what *Person to Person* aims to do.

The focus of each unit in *Person to Person* is not on a feature of grammar but on a conversational task or function such as "introducing yourself to someone," "asking for directions," "talking about likes and dislikes," "inviting someone to go somewhere" and so on. In order to take part in English conversation it is necessary to learn how these and other commonly occurring functions are expressed in English. This explains how this book is organized.

Person to Person gives you opportunities to listen to native speakers and gives you guided practice in carrying out many conversational functions. This is done in the following way:

Conversations
Each unit begins with a conversation which demonstrates a particular function. You will listen to these conversations on the cassette or as your teacher reads them and use them to improve your comprehension of spoken English as well as your awareness of language use in various business and social settings, both formal and informal.

Give It a Try
Each conversation consists of a number of parts, and you will be able to concentrate on each part separately. Follow the model provided on the cassette or by your teacher and then practice the lines with a partner until you feel comfortable with the language. In this ssction, you will also learn alternative ways of expressing the same function.

Listen to This
These sections, which come at the end of each regular unit, allow you to apply what you have learned to listening situations that will prepare you for real-life listening tasks such as listening and recording specific information on forms, getting directions, finding out opening and closing times, etc.

We hope you will find that learning to speak and understand English is not as difficult as you think. But, like any skill, it involves practice. *Person to Person* will guide you through various kinds of practice, moving from controlled to freer use of language. There are multiple opportunities to review what you have learned both within each unit and in special review units, called Variations.

Person to Person uses paired practice activities which are designed to give you as much conversational practice as is possible in a classroom situation. Remember, as you practice, that communication involves more than just the right words: People "say" a lot with their faces, their bodies and their tone of voice.

As you practice with your partner, don't keep your eyes "glued to your book." Instead, use the "read and look up" technique: Look at your line before you speak. Then immediately look up at your partner, make eye contact and say the line (or part of it) to him/her as if you were acting. You may look down at your lines as often as you need to, but when you speak, look at your partner. This will improve your fluency.

In addition to the language presented in each unit, here are some expressions that will be very useful to you both in and outside of class.

a. Please say that again.
b. I'm sorry. I don't understand.
c. How do you say _____ in English?
d. Please speak more slowly.
e. What does _____ mean?
f. I don't know.
g. May I ask a question?
h. How do you spell _____ ?

The guided speaking and listening practice you get in this book will give you a firm basis for using English outside the classroom and in speaking with other speakers of English *Person to Person*.

Nice to meet you.

Jim: Great party, isn't it?
Bev: Yeah, really.
Jim: By the way, my name's Jim Harris.
Bev: Nice to meet you. I'm Bev Marshall.
Jim: Sorry, what's your first name again?
Bev: Beverly, but please call me Bev.
Jim: What do you do, Bev?
Bev: Well, I'm a graduate student at Columbia.
Jim: Oh, are you? What are you studying?
Bev: Business. And what about you?
Jim: I work for Citibank, in the International Section.
Bev: Hmm. That sounds interesting.
Jim: It's not bad.

GIVE IT A TRY

1. Introducing yourself

►	My name's	Jim Harris.
	I'm	

▷	Hi,	I'm	Bev Marshall.
	Hello,	my name's	

Practice

Introduce yourself to your classmates.

2. Asking for repetition

►	Sorry,	what's	your	first name	again?
		what was		name	

▷	It's	Beverly,	but please call me Bev.
		Beverly Marshall,	

Practice

Introduce yourself to other classmates. This time ask your partner to repeat his/her first, last, or full name.

Student A

A: My name's __(full name)__.
B: _____.
A: Sorry, what's your | first | name | again?
            | last |
            | name |
B: _____.

Student B

A: _____.
B: Hi, I'm __(full name)__.
A: _____?
B: __(name)__.

---

3. Asking someone's occupation

►	What do you do, Bev?

▷	Well, I'm	a grad* student at Columbia.
		a housewife.
		an engineer.

►	Oh,	are you?
		really?

▷	And what about you, Jim?

►	I work for	Citibank.
		a steel company.

▷	Oh,	do you?
		really?

Practice

Ask your classmates what they do. Get the vocabulary you need.

*grad student: graduate student

4. Asking for more information (1)

▶ What are you studying?	OR	▶ What do you do there exactly?
▷ Business. Engineering. Biology. Law.		▷ I'm a secretary. in the International Banking / Sales / Personnel / Public Relations Department.

Practice 1

Student A asks Student B what he/she does. Student B is a college* student.

Student A

A: And what do you do, __(name)__?
B: ~~Business~~.
A: Oh, are you? And what are you studying?
B: _____.

Student B

A: _____?
B: I'm a student at _____ University.
A: _____? _____?
B: Business.

*Americans use the word college to mean college or university. We commonly say a person is a college student, in college, or going to college whether the name of the school he/she goes to is, for example, Barnard College or Columbia University.

Practice 2

This time, Student B asks Student A what he/she does. Student A is a business person.

Student B

B: And what do you do, __(name)__?
A: _____.
B: Oh, do you? And what do you do there exactly?
A: _____.

Student A

B: _____?
A: I work for __(company name)__.
B: _____? _____?
A: I'm in the Sales Department.

Practice 3

Now ask your classmates what they really do. Find out what they're studying or what department they work for.

5. Asking for more information (2)

> ► I'm | a student.
> | an engineer.
>
> ▷ Oh, really? What | school* | do you | go to?
> | company | | work for?
>
> ► | (I go to) *Columbia*.
> | (I work for) *Nissan*.
> | I'm *self-employed*.

*Americans often say *school* to mean college or university.

Practice 1

Ask what your partner does and, if appropriate, where he/she works or goes to school.

Student A

A: And what do you do, __(name)__?
B: _____.
A: Oh, really ? What | school do you go to?
                     | company do you work for?
B: _____. _____?
A: Oh, I'm a/an __(occupation)__.

Student B

A: _____?
B: I'm a/an __(occupation)__.
A: _____? _____?
B: I | go to __(name of school)__. | And what about you?
     | work for __(name of company)__. |
A: _____.

Practice 2

Ask other classmates.

6. Conversational openings

> ► (It's a) great party, isn't it?
> ▷ | Yeah, really.
> | Yes, it is.

Practice

Openings change with the situation. Start a conversation in each of the situations below. Continue them by asking the person's occupation. Ask for repetition, if necessary.

A: Nice picnic, isn't it?
B: Yeah, really. The food's terrific.
A: My name's _____, by the way.
B: Hi, I'm _____.

A: (It's a) lovely wedding, isn't it?
B: Yes, Claire is a beautiful bride.
A: By the way, how do you know Tom and Claire?
B: I work with Tom at IBM.
A: My name's _____, by the way.

A: Interesting play, isn't it?
B: Yes, it's very good.
A: Do you like modern theater?
B: Not very much, but I like Beckett.
A: Me, too! By the way, I'm _____.

7. Introducing yourself — more formally

▶ Let me introduce myself. My name's *Robert Andrews*.

▷ How do you do? I'm *Jean Rivers*.

▶ It's (very) nice | to meet you.
I'm (very) glad |
How do you do? |

Practice

You're at a formal company party where you don't know some of the guests. Introduce yourself to some of them. Use the outline below.

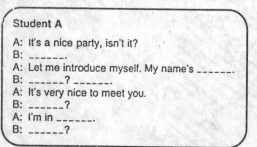

Student A

A: It's a nice party, isn't it?
B: _ _ _ _ _ _.
A: Let me introduce myself. My name's _ _ _ _ _ _.
B: _ _ _ _ _ _? _ _ _ _ _ _.
A: It's very nice to meet you.
B: _ _ _ _ _ _?
A: I'm in _ _ _ _ _ _.
B: _ _ _ _ _ _?

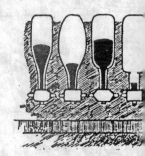

Student B

A: _ _ _ _ _ _?
B: Yes, it really is.
A: _ _ _ _ _ _. _ _ _ _ _ _.
B: How do you do? I'm _ _ _ _ _ _.
A: _ _ _ _ _ _.
B: What department are you in, Mr./Mrs./Miss/Ms. _ _ _ _ _ _?
A: _ _ _ _ _ _.
B: Oh, | are | you?
      | do |

LISTEN TO THIS

You are going to hear three short conversations. Each conversation will be played twice. Listen and complete the information below.

TOPIC
The future of flying
SPEAKER
Henry Winger
TIME
10:00

1. Speakers: _ _ _ _ _ _ Bradley
Ted _ _ _ _ _ _
Occupations: _ _ _ _ _ _
_ _ _ _ _ _

Now listen again and check your information.

2. Speakers: Bill_ _ _ _ _ _
_ _ _ _ _ _ Jackson
Occupations: _ _ _ _ _ _
_ _ _ _ _ _

Now listen again and check your information.

3. Speakers: _ _ _ _ _ _ Evans
_ _ _ _ _ _ Taylor
Occupations: _ _ _ _ _ _
_ _ _ _ _ _

Now listen again and check your information.

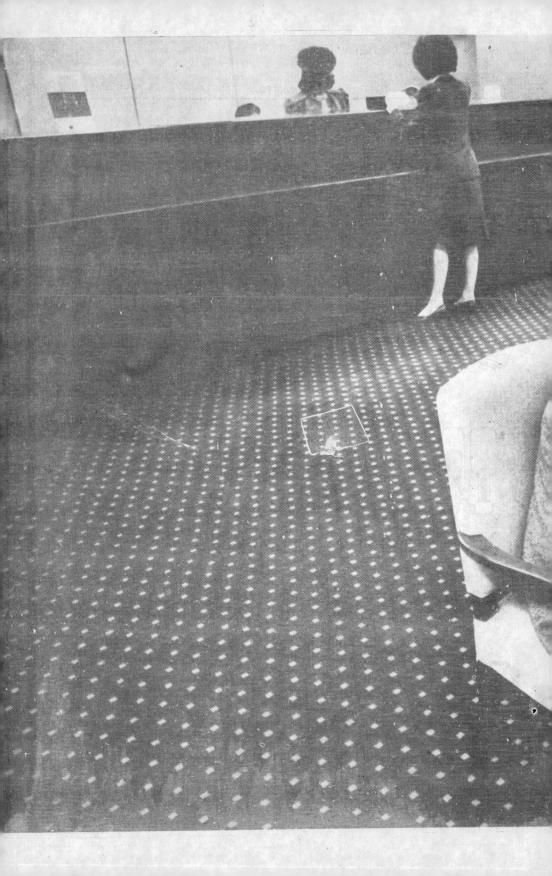

We'll have to fill out some forms.

Officer:	Can I help you, sir?
Mr. Paine:	Yes, I'd like to open a savings account.
Officer:	Certainly, sir. We'll have to fill out some forms. Could I have your name, please?
Mr. Paine:	It's Paine, John Paine.
Officer:	How do you spell your last name, Mr. Paine?
Mr. Paine:	It's P-A-I-N-E.
Officer:	And where do you live?
Mr. Paine:	2418* Greystone Road.
Officer:	Is that in Chicago?
Mr. Paine:	Yes, that's right.
Officer:	And your zip code?
Mr. Paine:	60602.[1]
Officer:	What's your telephone number, Mr. Paine?
Mr. Paine:	364-9758.[2]
Officer:	364-9758. And your occupation?
Mr. Paine:	I'm a salesman.
Officer:	I see. What's the name of your employer?
Mr. Paine:	I work for IBM.
Officer:	Fine. Just a minute, please.

* twenty-four eighteen OR two four one eight
[1] six oh six oh two
[2] three six four nine seven five eight

GIVE IT A TRY

1. Names

> ► Could I have your name, please?
>
> ▷ It's *Paine, John Paine*.
>
> ► And how do you spell your | last | name?
> | first |
>
> ▷ It's | *P-A-I-N-E.*
> | *J-O-H-N.*

Practice 1

Role-play with your partner. You are a bank clerk. Ask your partner his/her name and how to spell it.

Practice 2

Do the same with three other classmates.

2. Addresses

> ► | Where do you live?
> | What's your address?
>
> ▷ I live at *2418 Greystone Road*.
>
> ► Is that in *Chicago*?
>
> ▷ | Yes, that's right.
> | No, it's in *River Grove*.

Practice 1

Ask your partner the name of his/her street and how to spell it. Confirm the city.

Practice 2

Ask other classmates.

Practice 3

Put 1 and 2 together and role-play a bank clerk and a customer. Ask and answer questions about (1) name, (2) spelling, (3) address, (4) city.

3. Telephone numbers

> ► What's your telephone number?
>
> ▷ (It's) *364-9758*.
>   I don't have a phone.

Practice 1

Ask your partner his/her telephone number. Repeat it and write it down.

Practice 2

Ask other classmates their names and telephone numbers. Make a list.

4. Occupations

► And what's your occupation?

▷ I'm a *salesman*.

► What's the name of your employer?

▷ (I work for) *IBM*.

Practice 1

You are still a bank clerk. Ask the "customer" his/her occupation and place of employment.

Practice 2

Ask other "customers."

Practice 3

Now put it all together. You are a bank clerk. Your partner is a new customer. He/she wants to open a savings account. Fill in the form below. Start like this:

Clerk: Can I help you, sir/ma'am?
Customer: Yes. I'd like to open a savings account.
Clerk: Certainly. Could I have your name?

Bank of America, State Street Branch, Chicago, Illinois

SAVINGS ACCOUNT APPLICATION FORM

Name: _____

Address: No. _____

Street _____

(Apt.) _____

City _____

(County) _____

State _____

Zip Code _____

Telephone: _____

Occupation: _____

_____

Employer: _____

_____

5. Asking personal questions — more politely

►	Could	I have	your	name?
	May			address?
	Would	you tell me		telephone number?
	Could			occupation?
				the name of your employer?

Practice 1

Ask your partner the above questions.
Use a different form each time.

Practice 2

You work for the visa section of a U.S. embassy. Your partner is a
foreigner. He/she wants a visa to visit the United States. Fill in the form
below. Start like this:

Clerk: May I help you, sir/ma'am?
Foreigner: Yes. I'd like to get a visa.
Clerk: Yes, sir/ma'am. May I ...

VISA APPLICATION FORM

d
—0018

1. SURNAMES OR FAMILY NAMES *(Exactly as in Passport)*

B-1/B-
OTH

2. FIRST NAME AND MIDDLE NAME *(Exactly as in Passport)*

MULT

nder U.S.
they are
rant visa
business
nonim-
tives of
emic or
(e)s of
M).

3. OTHER NAMES *(Maiden, Religious, Professional, Aliases)*

MON

4. DATE OF BIRTH *(Day, Month, Year)*	7. PASSPORT NUMBER

ISS

RE

5. PLACE OF BIRTH *(City, Province, Country)*	DATE PASSPORT ISSUED

s origi-
or visa

U

6. NATIONALITY	DATE PASSPORT EXPIRES

t the
of a
to

RB

L.0

8. HOME ADDRESS *(Include apartment no., street, city, province, and postal zone)*

in
may
n the
who
e

9. NAME AND STREET ADDRESS OF PRESENT EMPLOYER OR
SCHOOL *(Postal box number unacceptable)*

10. HOME TELEPHONE NO.	11. BUSINESS TELEPHONE

SEX

6. Calling information

Practice 1

Read the following dialog with your partner.
One of you is a telephone operator, and the
other is a caller. The caller wants another
person's number.

Operator:　Directory Assistance. What city,
　　　　　　please?
Caller:　　Chicago. I'd like to have the
　　　　　　telephone number of Mr. John
　　　　　　Paine, please.
Operator:　Yes, ma'am. How do you spell
　　　　　　his last name?
Caller:　　It's P-A-I-N-E.
Operator:　Thank you. And could you tell me
　　　　　　his address?
Caller:　　It's 2418 Greystone Road.
Operator:　The number is 364–9758.
Caller:　　364–9758. Thank you very much.
Operator:　You're welcome. Have a good day.

Practice 2

Now role-play with your partner. Call the operator and ask for the number
of one of the people on the list below. (All of them live in Chicago.) Write
down the number he/she gives you. Reverse roles. Now you are the
operator and your partner calls you.

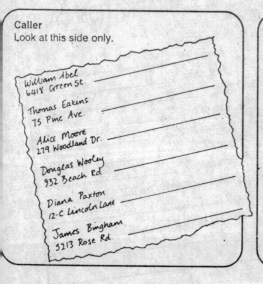

Caller
Look at this side only.

William Abel
6418 Green St. _____

Thomas Eakins
75 Pine Ave. _____

Alice Moore
279 Woodland Dr. _____

Douglas Wooley
932 Beach Rd. _____

Diana Paxton
12-C Lincoln Lane _____

James Bingham
5213 Rose Rd. _____

Operator
Look at this side only.

	867-5307
Abel, David, 724 East Ave	923-7433
Abel, Murray, 45 Amber Lane	586-3208
Abel, William, 6418 Green St	235-9084
Bingam, James, 27-D 42nd St	798-5112
Bingham, Jack, 1382 Rand Dr	654-8358
Bingham, James, 5213 Rose Rd	274-7593
Eakins, Albert, 956 3rd St	926-6832
Eakins, Thomas, 75 Pine Ave	789-5430
Moore, A., 279 Woodland Dr	386-7428
Moore, Alex, 845 Grove St	211-9539
More, Alice, 26-B Cherry Lane	287-3952
Paxton, D., 12-C Lincoln Lane	850-4531
Paxton, Donald, 123 Morgan Dr	678-8729
Wooley, Daniel, 1673 8th St	567-2134
Wooley, Douglas, 932 Beach Rd	

LISTEN TO THIS

1. A man is looking for a new apartment. He is talking to a real estate agent. Listen and fill in the form below.

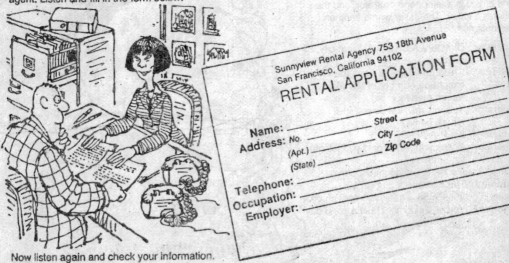

Sunnyview Rental Agency 753 18th Avenue
San Francisco, California 94102

RENTAL APPLICATION FORM

Name: _____ Street _____
Address: No. _____ City _____
(Apt.) _____ Zip Code _____
(State) _____

Telephone: _____
Occupation: _____
Employer: _____

Now listen again and check your information.

2. An immigration officer is interviewing a tourist arriving in New York City. Listen and fill in the form below.

DISEMBARKATION CARD

Surname: _____
First name: _____
Sex: _____
Date of birth: _____
Place of birth: _____
Nationality: _____
Occupation: _____
Reason for travel in the U.S.: _____
_____
Address in the U.S.: _____
_____

Now listen again and check your information.

UNIT 3

So, tell me about your family.

Tom: So, tell me about your family. Have you got any brothers or sisters?

Barbara: Yeah. I've got three sisters but no brothers.

Tom: Three sisters. How old are they?

Barbara: Well, the oldest is twenty-three. The second oldest is twenty-one, and the youngest is nineteen.

Tom: And what do they do?

Barbara: The oldest one—that's Ellen—is married and has two children, and they keep her pretty busy. Janice, the second oldest, is in college like me. She's studying computer science. And the other one, Cindy, is still in high school.

Tom: And what about your dad? What does he do?

Barbara: Oh, he's a lawyer.

Tom: Oh, really? And your mom? Does she work, too?

Barbara: Yeah, she's a journalist. She works for a travel magazine.

GIVE IT A TRY

1. Do you have any brothers or sisters?

> ► | Do you have | any brothers or sisters?
> | Have you got |
>
> ▷ | Yeah, I've got *three sisters* | but *no brothers*.
> | | and *a brother*.
> | No, I'm an only child.

GRANDMOTHER GRANDFATHER   GRANDMOTHER GRANDFATHER

AUNT MOTHER FATHER UNCLE AUNT

BARBARA'S SISTERS BARBARA BARBARA'S COUSINS

BARBARA'S NEPHEW AND NIECE

Practice 1

First look at Barbara's family tree.
Then ask her if she has any:

1. brothers and sisters
2. nephews and nieces
3. cousins
4. aunts and uncles

Practice 2

Now ask your classmates about their families.

2. How old are they?

Barbara has three sisters:

► How old are they?

▷ | The oldest (one) | is *twenty-three*. The second oldest is *twenty-one*,
| My oldest sister |
and | the youngest | is *nineteen*.
| the other (one) |

Tom has two brothers:

► How old are they?

▷ | The older one | is *twenty-four*, and | the younger one | is *twenty-three*.
| My older brother | | the other (one) |

Practice 1

Imagine you are talking to Barbara. Ask her how many brothers and sisters she has and how old they are. Begin like this: "How many ...?"

Practice 2

Now do the same with Tom.

Practice 3

Ask your classmates how many brothers and sisters they have and how old they are.

3. What do they do?

► And what do they do?

▷ | The oldest (one) | is *married*. The second oldest is *in college*,
| My oldest sister |
and | the youngest | is *still in high school*.
| the other (one) |

► | What | about your | dad? | What does he do?
| How | | father? |

▷ Oh, | he's a *lawyer*.
| he works for *a law firm*.

► And your | mom? | Does she work, too?
| mother? |

▷ | Yeah, | she's a *journalist*.
| | she works for *a travel magazine*.
| No, she's a housewife.

Practice 1

Ask Barbara what the people in her family do.

Practice 2

Ask your classmates if they have any brothers and sisters. If they do, ask what they do. Then ask about their parents' occupations.

4. Are you married?

> ► Are you married?
>
> ▷ Yes, I am.
>   No, I'm | single.
> | divorced.
> | widowed.
>
> ► What does your | wife | do?
> | husband |
>
> ▷ She's a *housewife*.
>   He/she works for *IBM*.

Practice

Ask your classmates if they are married.
If they are, ask what their husbands and
wives do.

5. Do you have any children?

> ► Do you have | (any) children?
>   Have you got |
>
> ▷ No, I don't.
>   Yes, I've got | *three* boys/sons.
> | *two* girls/daughters.
>
> ► And how old are they?
>
> ▷ The oldest one | is *ten*. The second oldest
>   My oldest son/boy |
>
>   is *eight*, and | the youngest (one) | is *seven*.
> | the other (one) |
>
> ▷ The older one | is *ten*,
>   My older girl/daughter |
>
>   and | the younger one | is *eight*.
> | the other (one) |

Practice 1

Try the conversation above with a partner. Talk about either picture #1 or
#2.

Practice 2

Ask your classmates if they have any children. If they do, ask how old
they are.

6. Getting information about someone's family

> | May I ask | how old they are? |
> | Could you tell me | what they do? |
> | | where he/she goes to school? |

Practice 1

You are Natalia Wolinsky, a teenage gymnast who has just won a gold medal in the Olympics. You are being interviewed by a reporter from a local newspaper (your partner). Answer the reporter's questions using information about your own family.

Reporter: Tell me a bit about your family, Natalia. Do you have any brothers or sisters?
Natalia: Yes, _ _ _ _ _ _.
Reporter: I see. And _ _ _ _ _ _ how old they are?
Natalia: Well, _ _ _ _ _ _.

Reporter: And _ _ _ _ _ _ what they do?
Natalia: Well, _ _ _ _ _ _.
Reporter: Uh-huh. And _ _ _ _ _ _ what your father does?
Natalia: _ _ _ _ _ _.
Reporter: I see. And your mother?
Natalia: _ _ _ _ _ _.

Practice 2
Now change roles and do Practice 1 again.

LISTEN TO THIS

1. Anne Jacobs is showing a friend pictures of a recent family picnic.
You can see seven of the pictures below, but you will only hear about five
of them. Number the pictures 1–5 as Anne talks about each one.

Now listen again and answer these questions:

1. How many children does Anne have all together?
2. How many boys? How many girls?
3. How old are they?
4. What's her husband's name?
5. How old is her father and what does he do?

2. The Citizens' Census Committee is conducting a survey on family size and living conditions. You are going to hear one of the interviews. Fill in the form below as you listen.

Citizens' Census Committee

1. Sex:　male ☐ female ☐

2. Marital status:　single ☐ married ☐

3. Occupation: _____

4. Annual Income: _____

5. Spouse's Occupation: _____

6. Annual Income: _____

7. Number of children: _____

8. Ages of children:　Boys　　　　　Girls

_____　　_____

_____　　_____

_____　　_____

_____　　_____

9. Residence:　a. House ☐ Apartment ☐

b. Owned ☐ Rented ☐

10. Number of rooms: _____

Listen again and check your information.

UNIT 4

Hurry up. We're late.

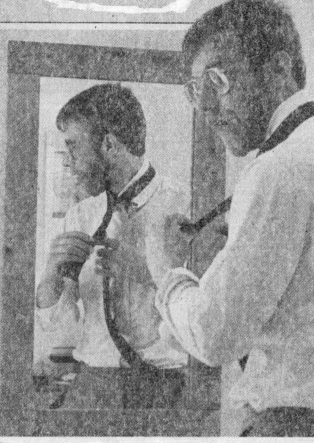

Susan:	What are you doing up there?	Jim:	No, it's not there.
Jim:	I'm getting dressed.	Susan:	Well, I don't know where it is.
Susan:	Well, hurry up. We're late already.	Jim:	What time is it now?
Jim:	OK, OK. Just a minute. By the way, Susan, where are my cuff links?	Susan:	It's 6:45.*
		Jim:	And when does the play start?
Susan:	They're on the dresser next to the jewelry box.	Susan:	At 8:00 sharp.
		Jim:	All right. I'm coming ... Well, what are you waiting for?
Jim:	Oh, yeah. I've got them. Thanks ... And do you know where my watch is?		
Susan:	Isn't it in the top drawer on the right?	*six forty-five	

GIVE IT A TRY

1. Asking where things are

►	Where	are	my	cuff links?
		is		hat?

▷	They're	on the dresser next to the jewelry box.
	It's	in the closet on the top shelf.

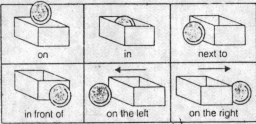

on	in	next to
in front of	on the left	on the right

on the table
to the left of
the dresser

in the box
on the right

in the drawer
on the left

Practice 1

Role-play Jim asking Susan where
five of the following things are.
The answers are in the pictures.

cuff links	keys
hat	bathrobe
wool sweater	black shoes
new suit	wallet

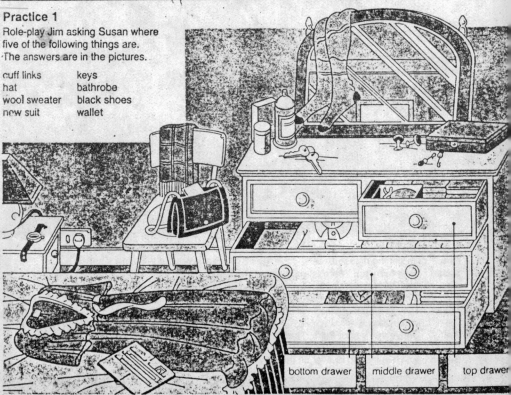

bottom drawer   middle drawer   top drawer

Practice 2

Now Susan asks Jim where some of
her things are.

earrings   stockings
scarf   nightgown
silk blouse   boots
evening dress   handbag

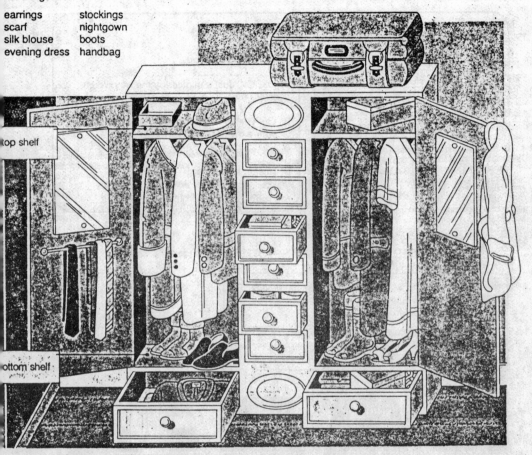
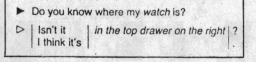

2. Asking where things are — more politely

> ► Do you know where my *watch* is?
>
> ▷ | Isn't it | *in the top drawer on the right* | ?
> | I think it's |

Practice 1

Role-play Jim and Susan again. This time use the forms above to ask
where various things are.

Practice 2

Practice the dialog below with your partner.

Student A	Student B

A: What are you doing there?
B: _____.
A: Well, hurry up. We're late already.
B: _____. _____. _____?
A: It's/They're _____.
B: _____. _____?
A: I think it's/they're _____.
    Isn't/aren't _____?
B: _____. _____.
    _____.
	A: _____?
	B: I'm getting dressed.
	A: _____. _____.
	B: OK, OK. Just a minute. By the way, where
	    is/are my _____?
	A: _____.
	B: Oh, yeah, I've got it/them. And do you know
	    where my _____ is/are?
	A: _____.
	    _____?
	B: Yeah, here it is. Thanks.
	             they are.
	    No, it's/they're not here.

3. Asking where things are—outside

► Excuse me. | Do | you know | where the *theater* is?
           | Would |
           | Could you tell me |

▷ | Sorry, | I don't know.
         | I'm not sure.
     | Sure, it's *down this street on the right.*

down this street
on the right/left

on ..... St.

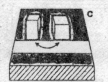

near
not far from

.opposite

on the corner
of ..... and ..... St.

at the end/beginning
of the (next) block

(just) before

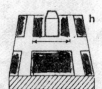

between .....
and ..... Streets

around the corner
to the right/left

in the middle of
the (next) block

(just) past

Practice 1

Student A

Ask where three of the following places are.

1. the Addison Theater
2. the Parkside Hotel
3. the Chinese restaurant
4. the bus station
5. Safeway Supermarket
6. Disco 54
7. Macy's
8. McDonald's

Use the map below to answer.
Then change roles. Follow this model:

A: Excuse me. Could you tell me *where the Addison Theater is*?
B: It's on *67th Street across from Disco 54*.
A: Thank you very much.
B: You're welcome.

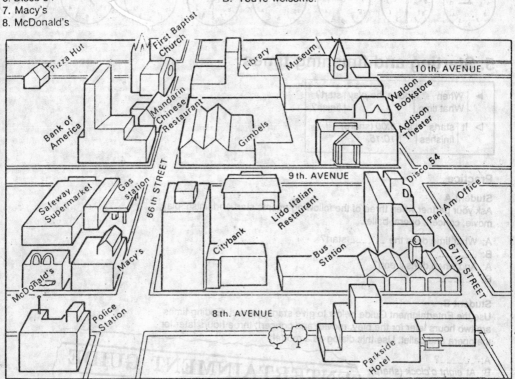

Practice 2

Choose another place and ask your partner where it is. Follow this model:

A: Excuse me. Would you know _____?
B: | I think _____.
   | I'm sorry. I don't know _____.
A: | Thank you very much.
   | Well, thank you anyway.

Practice 3

Tell your partner where your house or a favorite restaurant is located.

4. Telling time

> ► What time is it now?
> ▷ It's 6:45.

Practice

Look at the clocks below. Ask and say what time it is.

5. Starting and finishing times

> ► | When | does the *play* | start?
> | What time | | finish?
> ▷ It | starts | at | 8:00 (sharp).
> | finishes | | 10:15.

Practice

Student A
Ask your partner when three of the following events start and finish: play, movie, concert, opera, ballet.

A: What time does the _____ start?
B: _____.
A: And when does it end?
B: _____.

Student B
Use the Entertainment Guide below to give starting times. Ending times are two hours later for the play, movie, and concert; three hours later for the opera and ballet. Use this dialog as a model:

A: _____?
B: At eight o'clock (sharp).
A: _____?
B: At ten-fifteen.

ENTERTAINMENT GUIDE

"The Nutcracker"
American Ballet Theater
7:30 tonight

Philadelphia Symphony Orchestra this week at LINCOLN CENTER all Beethoven program 8:00

OPERA AND BALLET

CARMEN
tonight

at the Metropolitan Opera House 7:30

THEATER

DEM'S QUILMY   SUPER HANGOVER

BEST PLAY OF THE YEAR!
8:00 p.m.

CINEMA

TOOTSIE

Don't miss this movie! Dustin Hoffman at his best.
7:20

6. Opening and closing times

Could	you (please) tell me	when	the *store*	opens?
Can		what time		closes?

Practice

Role-play calling the places below to find out their opening and closing times. Follow this model:

A: (calls the post office on the telephone)
B: Post office.
A: Hello. Could you tell me when the post office opens?
B: It opens at 9:00.
A: And when does it close?
B: At 5:00.

Now try it yourselves. Student A has a list of places to go today. He/she calls the places to find out when they open and close. Student B is an employee of the places A calls.

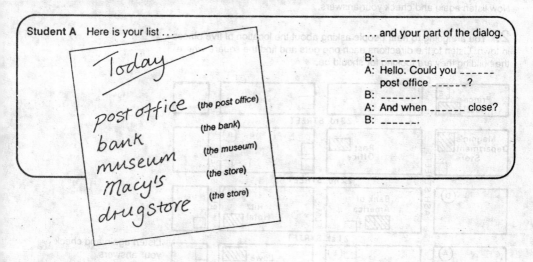

Student A Here is your list ...

Today

post office *(the post office)*
bank *(the bank)*
museum *(the museum)*
Macy's *(the store)*
drugstore *(the store)*

... and your part of the dialog.

B: _____.
A: Hello. Could you _____ post office _____?
B: _____.
A: And when _____ close?
B: _____.

Student B Here is your information ...

Post Office	9:00 - 5:00
Citibank	9:00 - 3:00
Museum of Modern Art	11:00 - 6:00
Macy's	9:00 - 6.45
Rexall Drugs	8:00 - 7:30

... and your part of the dialog.

B: Post office.
A: _____?
B: It opens at _____.
A: _____?
B: It closes at _____.

LISTEN TO THIS

1. Listen to the five short conversations and answer the following two
questions for each:

1. What is the speaker looking for?
- a) _____
- b) _____
- c) _____
- d) _____
- e) _____

2. Where is the thing he/she's looking for?
- a) _____
- b) _____
- c) _____
- d) _____
- e) _____

Now listen again and check your answers.

2. You are going to hear people asking about the location of five places
in town. Listen to the directions each one gets and find the square where
the building they are looking for should be.

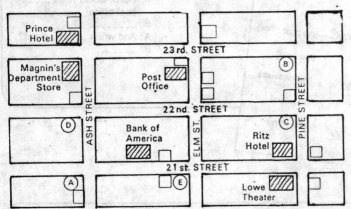

Listen again and check
your answers.

3. You are going to hear various people calling for information. They
need to know when places open and close or when events start and end.
Listen and fill in the blanks.

PLACE	OPENING/STARTING TIME	CLOSING/ENDING TIME
a) Magnin's Department Store	_____	_____
b) Roxy Theater (movie)	_____	_____
c) Masonic Auditorium (concert)	_____	_____
d) Pan-American Club (meeting)	_____	_____

Now listen a second time to check your information.

1. Bob Andrews and Amy Miller are college students. They meet on a bus going to San Francisco. Complete their conversation.

Bob: Is this seat taken?
Amy: No, it's not.
Bob: Thanks. Nice day _____?
Amy: _____.
Bob: Are you _____ to San Francisco?
Amy: Yes, that's right. I'm going to visit my folks. They live there.
Bob: Oh, do they? My brother does too. So your parents live in San Francisco.
Amy: That's right. What about yours?
Bob: They live in Chicago. Most of my family does.
Amy: Oh. Do you have a big family?

Bob: Well, two brothers and a sister. How about you?
Amy: I have one sister.
Bob: So what do you do? Are you a student?
Amy: Yeah, _____ UCLA.*
Bob: No kidding! So do I. What _____?
Amy: Music. What _____?
Bob: I'm in _____. I'm Bob Andrews, by _____.
Amy: _____ Amy. Amy Miller.

*University of California at Los Angeles

2. You see a new magazine at the newsstand. It looks very interesting, and you decide to subscribe. Fill in the form below:

DISCOVER SAVINGS CERTIFICATE

DISCOVER – the new science magazine from Time Inc. – hereby guarantees that the holder of this certificate is entitled to a discount of $4.05 off the $24.00 cover price of twelve issues of DISCOVER

Please send me a year (12 monthly issues) of DISCOVER and bill me later for $19.95.

Mr./Ms. ....

Address. . . . . Apt. No. . . . .

City . . . .   State/Province . . . . Zip/Post Code . . . .

Signature . . . .

With a partner, role-play a telephone order for *Discover*. Student B dials 800–621–8200. Student A works in the Subscription Department and fills in the form below.

SUBSCRIPTION FORM

Send to: _____

Name: Mr./Ms. _____

Address: _____

Apt. No. _____ City _____

State _____ Zip Code _____

Begin like this:

A: Subscription Department. *Discover* Magazine. May I help you?
B: Yes, I'd like to subscribe to *Discover*.
A: Yes, sir/ma'am. Could you tell me _ _ _ _ _ _?

End like this:

A: Well, that's all then. Thank you very much, Mr./Miss/Mrs. _ _ _ _ _ _.
B: Fine. Thank you. Good-bye.

3. You are a foreign businessman/woman attending an international conference at the Hilton Hotel in San Francisco. You are not sure when today's meeting begins or where it is. Ask somebody for help. (For useful language, review Unit 1.)

A: Excuse me. Could you _____ when _____?
B: Yes, of course. It starts in *ten minutes* at _____.
A: And which room _____?
B: It's _____. Actually, I'm going up there now. Would you like to come along?
A: That's very kind of you.
B: Where do you come from?
A: I'm _____.

B: Oh, are you? Let me _____. I'm *Donald Anderson.*
A: _____. My name's _____.
B: Sorry. What was your last name again, please?
A: _____.
B: Well, it's very nice to meet you. Who do you work for, Mr./Ms. _____?
A: _____.
B: I see. I'm at *Standard Oil* myself. Is your family here with you?
A: _____.
B: Oh, that's nice/too bad. Are you staying at the *Hilton*?
A: _____.
B: Well, here's the elevator. After you.

4. You are a traveler at the airport. You want information about your flight.

Student A

Choose a flight from this list. Ask your partner when it leaves and when it arrives. Write down the times. Follow this outline:

A: Excuse me. Could you tell me when the plane for _ _ _ _ _ _ leaves?

B: _ _ _ _ _ _ .

A: It's _ _ _ _ _ _ .

B: _ _ _ _ _ _ . _ _ _ _ _ _ _ _ _ _ _ _ .

A: At _ _ _ _ _ _ . Fine. And when does it arrive in _ _ _ _ _ _ ?

B: _ _ _ _ _ _ .

Amsterdam	Pan Am	PA726
Sydney	Quantas	QU411
Rio	Varig	VA358
Frankfurt	Lufthansa	LH635
Paris	Air France	AF942
Tokyo	Japan Air Lines	JAL27

Airline	Flt.	Destination	Dep.	Arr.
Air France	AF942	Paris	7.30 P.M.	8.35 P.M.
Varig	VA358	Rio	11.35 P.M.	9.25 A.M.
Japan Air Lines	JAL27	Tokyo	12.40 P.M.	5.20 P.M.
Lufthansa	LH635	Frankfurt	8.25 P.M.	9.50 A.M.
PanAm	PA726	Amsterdam	7.10 P.M.	10.15 A.M.
Qantas	QU411	Sydney	9.00 P.M.	6.05 A.M.

Student B

Use the information here to give Student A the information he/she needs. Follow this outline:

A: _ _ _ _ _ _ . _ _ _ _ _ _ ?

B: What's the name of the airline, sir/ma'am?

A: _ _ _ _ _ _ .

B: Just a moment. Ah, yes. It leaves at _ _ _ _ _ _ .

A: _ _ _ _ _ _ . _ _ _ _ _ _ . _ _ _ _ _ _ ?

B: It arrives at _ _ _ _ _ _ .

5. You're at a friend's house helping to make dinner. You don't know where things are. Ask like this:

A: Where are the coffee cups?
B: They're in the cabinet over the counter—on the bottom shelf.
A: What about the flour?
B: It's in the cabinet to the left of the stove, on the top shelf.

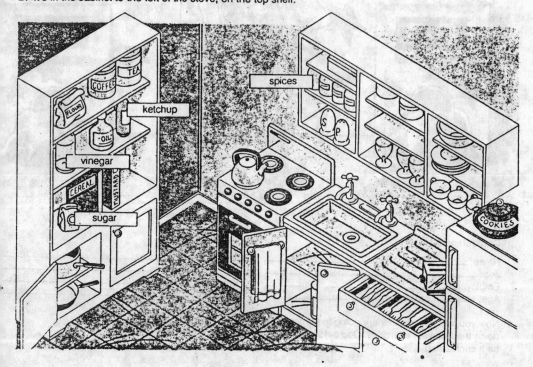

LISTEN TO THIS

You are going to hear part of an American TV quiz program called "All or Nothing." Fill in the information about each contestant.

Contestant #1

Name:_____

Job: _____

Employer: _____

Age: _____

Contestant #2

Name:_____

Job: _____

Employer:_____

Age: _____

Now you and your partner are going to prepare to play "All or Nothing" by doing the following exercises. One person will be the host. The other will be a contestant.

1. Capitals of the world

Host: Ask your partner what the capitals of the following countries are.
Also ask for the spelling. Follow this example:

Host: What's the capital of Colombia?
Contestant: (It's) *Bogotá*. OR I'm not sure.
Host: Can you spell that?
Contestant: B-O-G-O-T-A.
Host: Very good! Now, what's the capital of _____?

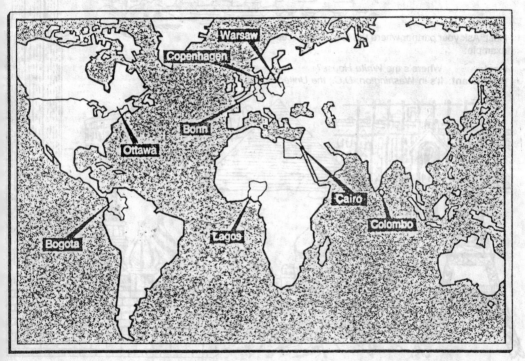

Host		Contestant
Poland	(Warsaw)	Choose the correct capital from this box:
Canada	(Ottawa)	
Egypt	(Cairo)	Lagos Copenhagen Bonn
Germany	(Bonn)	
Denmark	(Copenhagen)	Warsaw Cairo
Nigeria	(Lagos)	
Sri Lanka	(Colombo)	Ottawa Colombo

2. Famous places

Now switch roles so that the person who
was the host is now the contestant.

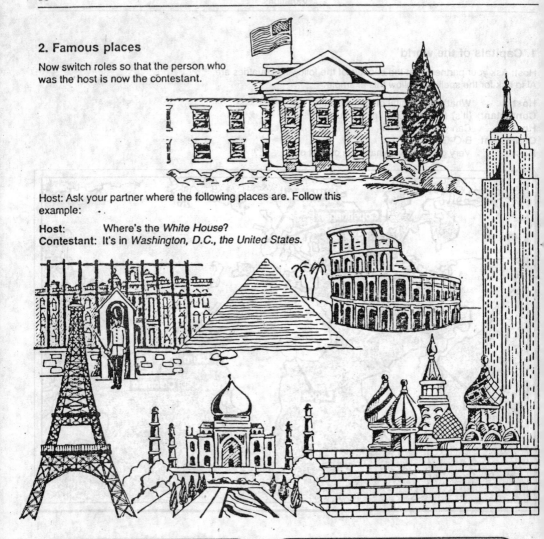

Host: Ask your partner where the following places are. Follow this
example:

Host: Where's the *White House*?
Contestant: It's in *Washington, D.C., the United States.*

Host

Buckingham Palace   (London, England)
the Great Pyramid   (Gizeh, Egypt)
the Coliseum   (Rome, Italy)
the Eiffel Tower   (Paris, France)
the Taj Mahal   (Agra, India)
the Kremlin   (Moscow, USSR)
the Empire State Building
    (New York, the United States)

Contestant

Choose the correct city and country from this box:

Rome, Italy   Moscow, the USSR
            Agra, India   London, England
Gizeh, Egypt   Paris, France
        New York, the United States

3. Famous people

Host: Ask your partner these questions about five of the famous people in the photographs. Follow this example:

Host: Who's that?
Contestant: It's *Olivia Newton-John*.
Host: What's her nationality?
Contestant: She's *Australian*.
Host: What does she do?
Contestant: She's *a singer*.

Host

Look at this box and at the pictures in the contestant's box.

Olivia Newton-John/Australian/Singer

Akira Kurosawa/Japanese/Director

Herbert von Karajan/Austrian/Conductor

Rudolf Nureyev/Soviet/Dancer

Margaret Thatcher/English/Politician

Sophia Loren/Italian/Actress

Pelé/Brazilian/Soccer player

Neil Armstrong/American/Astronaut

Contestant

Now you are ready to play "All or Nothing." Choose one person to be the "MC," or master of ceremonies*, and choose two members of the class to be contestants. The MC reads this:

Good evening, ladies and gentlemen. I'm your host, __(your name)__. Welcome to "All or Nothing," America's number one TV game show. Our grand prize tonight is an exciting all-expenses-paid vacation for two at the Sands Hotel in downtown Las Vegas. So, without further ado† let's bring on our first contestant.

* master of ceremonies: the host or director of a show
† Ado or adoo: activity or difficulty

Ask the contestant:

1. his/her name
2. occupation
3. age
4. marital status
5. number of children
6. where he/she lives

Now ask the questions (see below):

Our theme tonight is "people and places." Are you ready for the first question? The first question is about capitals of the world.

What the capital of ... *(Choose one for each contestant.)*
... Canada? (Ottawa)   ... Egypt? (Cairo)
... Poland? (Warsaw)   ... Nigeria? (Lagos)
... Colombia? (Bogotá)   ... Germany? (Bonn)
... Denmark? (Copenhagen)   ... Sri Lanka? (Colombo)

The second question is about famous places. Are you ready?

Where is ...   ... the Coliseum? (Rome, Italy)
                 ... the Taj Mahal? (Agra, India)
                 ... the Kremlin? (Moscow, the USSR)
                 ... the Empire State Building? (New York, the U.S.)
                 ... the Eiffel Tower? (Paris, France)
                 ... Buckingham Palace? (London, England)
                 ... the Great Pyramid? (Gizeh, Egypt)

Are you ready for the third and last question? This question is about famous people. Tell me who the person is and where he or she comes from.

Who is ...   ... Neil Armstrong? (American astronaut)
               ... Olivia Newton-John? (Australian singer)
               ... Pelé? (Brazilian soccer player)
               ... Herbert von Karajan? (Austrian conductor)
               ... Akira Kurosawa? (Japanese director)
               ... Sophia Loren? (Italian actress)
               ... Rudolf Nureyev? (Soviet dancer)
               ... Margaret Thatcher? (English politician/prime minister)

If all answers are correct, say:

Congratulations, Mr./Ms. _ _ _ _ _ _ . You win our grand
prize, a trip for two to sunny Las Vegas!

If an answer is wrong, say:

I'm sorry, Mr./Ms. _ _ _ _ _ _ . You don't win our trip to Las
Vegas, but you do get this beautiful set of American
Tourister luggage. And come back and see us again
sometime.

If there is enough time, choose two new contestants to
play "All or Nothing."

* Ms./mɪz/: title used for women, either married or single, especially common in
professional settings

UNIT 6

Are you doing anything tonight?

Susan	Hello.	Susan:	Sure, why not? Where do you want to meet?
Michael	Hi, Susan. It's me, Michael.		
Susan	Oh, hi, Michael. How're you doing?	Michael:	Why don't I pick you up at your house?
Michael	Oh, not bad. Say, are you doing anything Saturday night?		
		Susan:	OK. What time?
Susan	No, nothing special. Why?	Michael:	Is seven o'clock OK?
Michael	Well, do you feel like going to that new disco?	Susan:	Fine. Well, see you at seven.
		Michael:	Right. So long for now.
Susan	Oh, that's a terrific idea.	Susan:	Bye.
Michael	Great. What about having a pizza first?		

GIVE IT A TRY

1. Informal invitations: accepting

▶	Do you feel like	going to that new *disco*	*Saturday*?
	What | about		*tonight*?
	How		

▷	Oh.	That's a | terrific | idea.
	Sure, why not?	great
	OK.	

Practice

Invite your partner to do the following things:

1. go to that new disco tonight
2. go swimming on Saturday
3. have dinner with you next Wednesday
4. see a movie Friday night
5. come over to your place this evening

2. Informal invitations: declining

▶	Do	you	want	to *have lunch together tomorrow?*
	Would		like	

▷	Gee, I'm really sorry, (I can't.)	I have to	*meet a friend.*
		I've got to	

Practice

Invite your partner to do the following things. He/she is busy and makes an excuse.

Student A invites Student B to ...
1. go to a party tonight.
2. go bowling Saturday.
3. see a movie Friday night.
4. go for a drive Sunday.
5. come over tomorrow afternoon.

Student B says he/she has to ...
1. meet a friend.
2. go to a meeting.
3. clean up around here.
4. go shopping.
5. do some work.

3. Beginning an invitation

► Say, are you doing anything *Saturday night?*	
▷ No, nothing special. not much. | Why? ► Well, what about going to *a party?* ▷ Oh, that's a great idea.	▷ I'm *meeting a friend.* Why? ► Oh, I was going to invite you to *a party.* ▷ Gee, I'm really sorry. I can't go.

Practice 1

Ask your partner if he/she has plans for a certain time. He/she is free, so invite him/her to do something.

Student A

A: Hello.
B: _____. _____.
A: Oh, hi, __(name)___. How're you doing?
B: _____. _____?
A: No, nothing special. Why?
B: _____?
A: Sure. That's _____.

Student B

A: _____.
B: Hi, __(name)___. It's me, __(name)___.
A: _____. _____?
B: Oh, not bad. Say, are you doing anything _____?
A: _____. _____?
B: Well, how about _____?
A: _____. _____.

Practice 2

Call your partner and ask if he/she is doing anything at a certain time. He/she is busy and can't accept your invitation. The beginning is the same as before. The ending is different.

Student B

B: Say, are you doing anything _____?
A: _____. _____?
B: Oh, I wanted to invite you to dinner.
A: _____. _____.

Student A

B: _____?
A: Well, I'm _____. Why?
B: _____.
A: Gee, I'm really sorry. I can't.

---

4. Suggesting another time

> ► Gee, I'm really sorry. I can't make it.

▷ OK. Maybe we can do it some other time then.	▷ Well,	how about Friday then?
► Yes, I'd really like to.	►	Great!
	That	sounds good.
		would be fine.

Practice 1

Invite your partner to do something. He/she is busy and can't. Accept the refusal. Start like this: "Say, are you ...?"

Practice 2

Invite your partner to do something. He/she is busy and can't. Suggest another time.

5. Setting the time and place

►	Where do you want to meet?		
▷	Why don't we	meet	at Shakey's?
	Let's		
	How about meeting		
►	Great. What time?		
▷	Is 7:00 OK?		
	How about meeting		at 7:00?
	Let's	meet	
	Why don't we		
►	Fine.		

Practice

Invite your partner to do something. He/she accepts. Set the time and the place to meet.

6. More formal invitations: accepting and declining

► I was wondering if you'd	like to* go	skiing this weekend.
Would you		to a concert on Friday?

▷ Oh, yes.	I'd	love to.		▷ Oh, I'd love to, but	I don't think I can.
		like to very much.			I'm afraid I can't.
	That sounds	very nice.			
		like a nice idea.			

*Remember: these invitations are also commonly used in informal situations.

Practice 1

Invite your partner to do three of the following things. He/she accepts.

1. go skiing this weekend
2. meet you for lunch today
3. have dinner together next Saturday
4. see a film tonight
5. have a drink after work/school
6. go to a concert next Thursday
7. go on a picnic this Sunday

Practice 2

Invite your partner to do three of the things above. He/she is busy and has to refuse.

7. Setting another time — more formally

► I'm afraid I can't.

▷ Well, perhaps we can	do	it		▷ Well, could you make it next week?
	make			► Oh. That would be fine.
another time then.				
► Yes, let's.				

Practice 1

Invite your partner to do something. He/she is busy.

Practice 2

Invite your partner to do something. He/she is busy.
Suggest another time.

8. Setting the time and place — more formally

▶ Where | would you like to | meet?
          | should we |

▷ | Should we meet ‾ | at *the station*?
  | Could you meet me |

▶ All right.

▷ What time | should we meet?
           | would be good for you?

▶ Would *seven* be all right?

▷ Fine.

Practice 1

Invite your partner to go out to dinner with you next Friday. He/she accepts. Set the time and the place.

Practice 2

Do it again. This time telephone your partner.
Follow this model:

Student A

A: Hello.
B: _____?
A: Speaking.
B: _____. _____.
A: Oh, hello, __(first name)__.
    How are you?
B: _____. _____.
A: Oh, I'd really like to. What time should we meet?
B: _____?
A: Could we make it at seven-thirty?
B: _____?
A: Where would you like to meet?
B: _____?
A: That would be fine. Well, see you next Friday then.
B: _____. _____.
A: Bye.

Student B

A: _____.
B: Could I speak to __(name)__ please?
A: _____.
B: Oh, hello, __(name)__. This is __(full name)__.
A: _____. _____?
B: Just fine thanks. Uh, __(first name)__, I was wondering if you'd like to go to Roger's new restaurant next Friday?
A: _____. _____?
B: Is seven o'clock OK?
A: _____?
B: Yeah, seven-thirty's fine.
A: _____?
B: Could we meet at the restaurant?
A: _____.
B: Right. Bye.
A: _____.

LISTEN TO THIS

1. Dick Carpenter is calling up Cathy Schaefer to ask for a date. Listen to the conversation and then fill in Dick's date book. Write *Cathy* and the time he's picking her up below the day of their date.

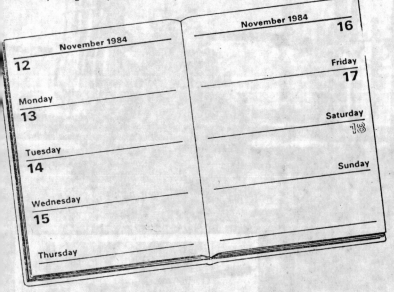

November 1984

12
Monday

13
Tuesday

14
Wednesday

15
Thursday

November 1984   16
Friday

17
Saturday

18
Sunday

Listen again and check your answers.

2. Now you will hear a conversation between Marge and her husband Ted. Listen to the conversation and circle the best response.

1. Marge wants to:　a) stay home.
　　　　　　　　　b) go to sleep.
　　　　　　　　　c) go out.

2. Ted wants to:　a) go dancing.
　　　　　　　　b) play bridge.
　　　　　　　　c) see a movie.

3. They tell their friends to come at:　a) 7 o'clock.
　　　　　　　　　　　　　　　　　b) 8 o'clock.
　　　　　　　　　　　　　　　　　c) 9 o'clock.

4. They tell their friends:　a) to bring something to drink.
　　　　　　　　　　　　　b) to bring something to eat.
　　　　　　　　　　　　　c) not to bring anything.

Listen again and check your answers.

Larry: Excuse me. Which way is the post office, please?

Man: The post office? Sorry, I'm not really sure.

Larry: Well, thanks anyway ...

UNIT 7

Which way is the post office?

Larry: Uh, excuse me. I'm trying to find the post office. Can you help me?

Woman: The post office? Let's see now. Oh, yes. You go straight down this street to the corner. Turn left and go one block until you come to Broadway. Go right **on Broadway**. It's on the right side of the street just past the grocery store. You can't miss it.

Larry: I see. Straight to the corner. Left and then right.

Woman: That's it.

Larry: Thanks a lot.

Woman: You're very welcome.

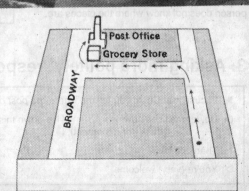

GIVE IT A TRY

1. Asking directions: responding negatively

> ► | Excuse me. | Which way is | *the post office*?
> | Pardon me. | How do I get to |
>
> ▷ *The post office*? Sorry, | I'm not sure.
> | I don't know.
>
> ► Well, thanks anyway.

Practice

Ask for directions to the places below. Your partner is a stranger in town and can't help you.

1. the post office   4. Shakey's (Pizza Parlor)
2. the Plaza Hotel   5. Ciro's Nightclub
3. the Bank of·America

2. Asking more politely: responding negatively

> ► Excuse me. | Would you know | how to get to *the post office* (from here)?
> | Could you tell me | where *the post office* is?
>
> ▷ Sorry, | I'm not sure where it is.
> | I don't know.
>
> ► Well, thanks anyway.

Practice 1

Ask your partner the way to the streets and places on the right. Use I'm *(trying to find)/ (looking for)* ... The person can't help you.

Practice 2

Now change roles and try it again. This time, use (Could you ...)/(Would you ...). Again, the person does not know where the places are.

Washington St.
Taft Rd.
Garfield Lane
the Plaza Hotel
Shakey's
McDonald's

3. Asking more politely: responding positively

> ► Excuse me. Could you tell me where *the post office* is?
>
> ▷ Uh, let me | see now. | It's down this street about two blocks.
> | think (for a moment). |
>
> ► Thanks a lot.
>
> ▷ You're (very) welcome.

4. Giving simple directions

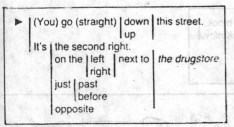

▶ | (You) go (straight) | down | this street.
  | | up |
  | It's | the second right.
  | | on the | left | next to | *the drugstore*
  | | | right |
  | | just | past
  | | | before
  | | opposite

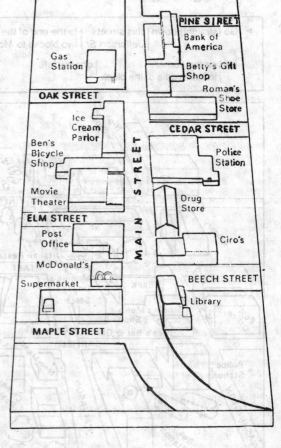

Practice 1

Ask directions to three of the following streets.
The answers are in the map on the right.

1. Beech St.
2. Elm St.
3. Maple St.
4. Pine St.
5. Cedar St.

Follow this outline.

A. Excuse me. How do I get to _ _ _ _ _ _?
B: _ _ _ _ _ _? Uh, let me see now.
   It's _ _ _ _ _ _.
A: Thanks a lot.
B: You're welcome.

Practice 2

Ask directions to the following places:

1. the library
2. the movie theater
3. the police station
Follow the outline below.

Student A

A: Excuse me, could you _ _ _ _ _ _?
B: _ _ _ _ _ _? _ _ _ _ _ _. _ _ _ _ _ _. _ _ _ _ _ _.
A: Thank you very much.
B: _ _ _ _ _ _.

Student B

A: _ _ _ _ _ _. _ _ _ _ _ _?
B: The _ _ _ _ _ _? Uh, let me think for a moment.
   Ah, yes. It's _ _ _ _ _ _.
A: _ _ _ _ _ _.
B: You're very welcome.

Practice 3

Study the map for a minute. Choose one place. Write it down. Then close
your books. Ask your partner for directions. He/she should use
Uh, let me see. I think you ... OR
Sorry, I don't know.

5. Giving longer directions (1)

> ► Go (straight) down | this street | to the end of the block.
> | *Jefferson St.* | two blocks to *McKinley.*
>
> It's | on the corner | on your left.
> | in the middle of the block |

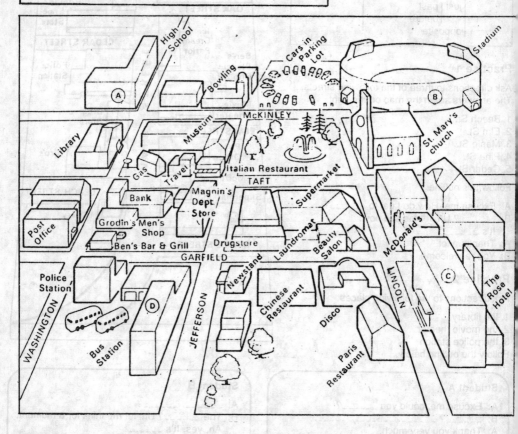

Practice 1

Student A: You're at point A. Ask for directions to:
1. the post office
2. Grodin's Men's Shop

Practice 2

Student B: You're at point B. Ask for directions to:
1. the disco
2. McDonald's

Practice 3

Student A: You're at point C. Ask for directions to:
1. St. Mary's church
2. the park

Practice 4

Student B: You're at point D. Ask for directions to:
1. the museum
2. the drugstore

6. Giving longer directions (2)

▶ (You) go down this street (for two blocks) until you come to *the high school*.
Make a left and go two blocks (more). Cross the street, and it's at the end
of the block just | past | *Grodin's Men's Shop*.
| next to |
| across from the *post office*.

Practice

Look at the map on page 52. You are standing outside of the bus station,
(point D). Ask your partner directions to two of the following places:

1. the post office
2. Paris Restaurant
3. St. Mary's Church
4. the library
5. Grodin's Men's Shop

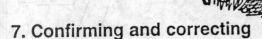

7. Confirming and correcting

▶ I see. Straight to the corner.
Left | until I come to the end of the block | and then right.
     | as far as the police station —

▷	That's	right.	▷ No, you turn right and then left.
		it.	
		correct.	
	You've got it.		

Practice 1

Ask again for directions to the places in the previous exercise. This time
repeat the directions for confirmation.

Practice 2

Look at the map. Choose a few places and ask for directions. Repeat the
directions for confirmation and thank the person.

LISTEN TO THIS

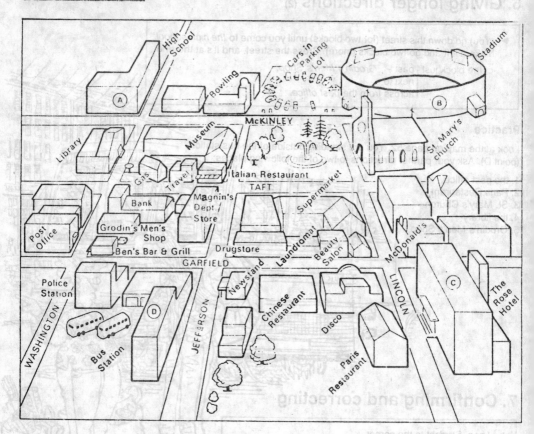

1. Look at the map above. You are going to hear directions to a certain place in town. The person asking directions is at the high school, point A. Mark the way with a pencil. Now listen again and check your directions.

2. Another person is at the stadium, point B. Listen to the directions and mark this route. Now listen again and check your directions.

3. The last person is at the information desk of the Rose Hotel, point C. Mark the route. Now listen again and check your directions.

55

UNIT 8

Do you like jazz?

Cathy: Oh, hey, can you turn that up a little?
Dick: Sure ... Do you like jazz?
Cathy: Oh, yes, I love it.
Dick: Really? So do I. What kind of jazz do you like?
Cathy: Oh, all kinds, but especially fusion.
Dick: How do you like Dixieland?
Cathy: It's all right, but I'm not really crazy about it.
Dick: No, neither am I. I like a mellow sound. What's your favorite band?

Cathy: Well, I think I like Chuck Mangione best.
Dick: Me, too. I think he's terrific. Do you like going to concerts?
Cathy: Sure, but I like listening to records better. I can't stand mobs of pushy people.
Dick: Yeah, I know what you mean.

GIVE IT A TRY

1. Likes and dislikes (1)

▶ Do you like	*jazz*?
	Barbra Streisand?
	Elton John?
	Simon and Garfunkel?
▷ Oh, yes. I	love it/her/him/them.
	like it/her/him/them very much.
I don't know. I've never listened	
to it/him/her/them.	

Practice

Ask your partner if he/she likes the following things and people:

1. jazz   4. going to concerts·
2. rock 'n' roll   5. listening to records
3. Simon and Garfunkel

2. Likes and dislikes (2)

▶ How do you like	*Dixieland*?	
What do you think of		

+		−
▷ I'm crazy about it.*	▷ It's OK.	▷ I hate it.
It's great.	all right.	can't stand
super.	not bad.	don't like
fantastic.		
terrific.		

*informal

Practice 1

Ask your partner once again about the things and people
in Practice 1 above.

Practice 2

Look at the list of things and people below. First mark your own likes and dislikes with a check (✓). Then ask your partner and mark his/her likes and dislikes with an "x."

	love/be crazy about	like	O.K.	not (like) very much	not (like) at all	hate/ can't stand
tennis						
watching TV						
dancing						
Robert Redford						
Dionne Warwick						
old movies						
Indian food						
mathematics						
studying English						

Practice 3

Now work with another classmate. Ask him/her about some of his/her partner's likes and dislikes.

Example:

A: Does he/she like tennis?
B: No, not very much.
A: What about Indian food?
B: She thinks it's OK.

3. Agreeing with someone's likes

▶ I'm crazy about *baseball*.	OR	▶ I really	like	*baseball*.
			love	
▷ Are you?	I am, too.	▷ Do you?	I do, too.	
Really?	So am I.		So do I.	
-	Me, too.*		Me, too.	
	I like it, too.			*informal

Practice

Say that you're crazy about or that you like the following things and people very much. Your partner will agree.

1. baseball
2. exercising
3. Jane Fonda
4. the Rolling Stones
5. Frank Sinatra
6. opera
7. traveling
8. the Beatles

4. Agreeing with someone's dislikes

> ▶ I | don't like *hamburgers* very much.
> | at all.
> | can't stand *hamburgers*.
>
> ▷ (No,) | neither do I.
> | I don't either.
> | I can't either.
> | neither can I.

OR

> ▶ I hate *hamburgers*.
>
> ▷ (Yes,) | So do I.
> | I | do, too.
> | hate *them* |

Practice

Say that you don't like five of the following things.
Your partner will agree.

1. McDugal's hamburgers
2. rock 'n' roll
3. mystery stories
4. speaking English
5. modern art
6. camping

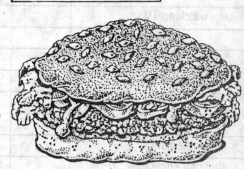

5. Disagreeing with someone's likes

> ▶ I'm crazy about *Ella Fitzgerald*.
>
> ▷ | Are you? | I'm not.
> | Really? | I don't like her at all.

OR

> ▶ I really | like | *Ella Fitzgerald*.
> | love |
>
> ▷ | Do you? | I don't.
> | Really? | I don't like her at all.

Practice

Say that you like the following things and people very much. Your partner
will disagree.

1. Ella Fitzgerald
2. pizza
3. Dustin Hoffman
4. classical music
5. Joan Baez
6. hiking

6. Disagreeing with someone's dislikes

> ▶ I | don't like *Elvis Presley* very much.
> | can't stand | *Elvis Presley*.
> | hate |
>
> ▷ | You don't? | I like him a lot.
> | You can't? | I sort of like him.
> | Do you? | I think *he's* OK.

Practice

Say that you don't like some of the following things
and people. Your partner will disagree.

1. Elvis Presley
2. dogs
3. popular music
4. swimming
5. Woody Allen
6. modern art
7. Billie Jean King
8. big cities

7. What kind of _____ do you like?

> ► What | kind of | *music* do you like?
> | sort of |
> | type of |
>
> ▷ All kinds, but | especially *jazz*.
> | I like *jazz* best.
> | my favorite is *jazz*.

Practice

First look at the lists below. Then ask your partner about the kinds of music, books, movies, etc. that he/she likes.

Music	Books	Movies	Food	Sports
jazz	mysteries	musicals	French	volleyball
rhythm and blues	romances	science fiction movies	Chinese	football
country and western	science fiction	horror movies	Italian	baseball
rock 'n' roll	westerns	love stories	German	soccer
classical	historical novels	westerns	Japanese	basketball
easy listening	non fiction	action pictures	Mexican	hockey

8. Favorites

> ► | What's | your favorite | *band*?
> | Who's | | *singer*?
>
> ▷ | I like *Chuck Mangione* best.
> | I especially like | *Dionne Warwick*.
> | My favorite is |

Practice

Ask your partner about his/her favorites. Use the cues below:

1. Do you like popular music?
   Favorite band?
   Favorite singer?
2. Do you like reading?
   Favorite book?
   Favorite author?
3. Do you like movies?
   Favorite movie?
   Favorite actor?
4. Do you like football?
   Favorite team?
   Favorite player?

9. Preferences

► Do you	like enjoy	*going to concerts?* *the Beatles?* *rock 'n' roll?*
▷ (Sure)	they're it's	a'l right, but I	like *listening to records* better. prefer	*the Rolling Stones.* *jazz.*

Practice 1

Ask your partner about the following things and people. He/she thinks
they're all right but prefers the things or people on the right.

Student A asks if Student B likes:	Student B prefers:
1. going to concerts	1. listening to records
2. big cities	2. the country
3. reading books	3. playing cards
4. dogs	4. cats
5. staying home	5. going out
6. spring	6. fall

Practice 2

Now choose some things that you really like (sports, music, movies, etc.).
Make a list. Starting with the first item on your list, ask your partner if
he/she likes it too. If he/she does, ask about his/her favorites. If he/she
doesn't, go on to the next item until you find something you both like.

LISTEN TO THIS

1. You are going to hear two short conversations about likes and dislikes. Sometimes the speakers agree; sometimes they disagree. Check ( ) AGREE or DISAGREE as you listen to each one.

	AGREE	DISAGREE
a.	☐	☐
b.	☐	☐

Now listen again and check your answers.

2. Now you are going to hear a discussion between a man and a woman about movies. They refer to three famous filmmakers—Fellini, Bergman, and Kurosawa. Listen to the tape and then answer the following questions.

1. Does the woman like foreign movies?
2. What kind of movies does she especially like?
3. Who's her favorite actor?
4. Why does she like him?

Now listen again and check your answers.

And what did you do then?

Anne: Were you born in Los Angeles?

Kevin: No. I was born in Chicago as a matter of fact.

Anne: Oh, were you?

Kevin: Yeah, I grew up in the suburbs, in Wilmette, and then I moved out here when I was fourteen.

Anne: So you went to high school here?

Kevin: Yeah, that's right. I graduated from Lincoln High.

Anne: And then you went to college?

Kevin: No, not exactly. First I went to Europe.

Anne: Oh. To travel?

Kevin: Well, yes, and I also lived in Munich for a while.

Anne: When was that?

Kevin: Let's see now. That was about eleven years ago. Yeah, in 1973.

Anne: And how long did you stay there?

Kevin: For almost two years.

Anne: And what did you do then?

GIVE IT A TRY

1. Talking about personal history

> ► Were you born in *Los Angeles*?
>
> ▷ No, I was born in *Chicago*.
>
> ► Did you grow up there?
>
> ▷ Yeah, I grew up in *the suburbs*.
>
> ► Did you graduate from high school in *Chicago*?
>
> ▷ No, I graduated from *Lincoln High*.

Practice

You and your partner are Kevin and Anne. Anne asks; Kevin answers. Use the cues below to make your questions and answers. Follow this model:

Anne's cue: grow up in Chicago
Kevin's cue: Yes/in the suburbs, in Wilmette

Anne: *Did you grow up in Chicago?*
Kevin: *Yes, I grew up in the suburbs, in Wilmette.*

Anne
1. grow up in Chicago
2. graduate from high school in Chicago
3. go to college right away
4. travel around a lot

Kevin
1. yes/in the suburbs, in Wilmette
2. no/Lincoln High in Los Angeles
3. no/first Europe
4. yes/and also Munich for a while

2. Clarifying information

> ► I moved out here when I was *fourteen*.
>
> ▷ So you *went to high school* here?
>
> ► Yeah, that's right.

> ► I graduated from *Lincoln High*.
>
> ▷ And then you *went to college*?
>
> ► No, not exactly. First I *went to Europe*.

Practice 1

With a partner, role-play Kevin and Anne. Kevin uses his cues to make statements about his life. Anne uses her cues to clarify information. Follow this model:

Kevin's cue: born in Chicago
Anne's cue: grew up there

Kevin: *I was born in Chicago.*
Anne: *So you grew up there?*
Kevin: *Yeah, that's right.* OR *Uh-huh.*

Kevin
1. born in Chicago
2. but then/father/got a job in L.A.*
3. moved/when/fourteen
4. then/went to Europe
5. stayed there for two years
6. but/wanted to go to college

Anne
1. grew up there
2. moved here
3. went to high school in L.A.
4. traveled around a lot
5. liked it
6. came back

*Los Angeles

Practice 2

Tell your partner about your life. He/she will encourage you to tell more
and clarify the information you give. Begin like this:

▶ I was born in _____.
▷ So you grew up there?
▶ Yeah, that's right./No, not exactly.

3. Being specific

▶ I lived in *Munich* for a while.

▷ Did you? And when was that?

▶ That was | about *eleven* years ago.
          | In *1973*.
          | when I was *nineteen*.

Practice 1

Look at the time line below. It shows Kevin's life up to now.
You and your partner are Kevin and Anne. Kevin will make
statements about his life using the cues. Anne will ask when
he did the things he talks about.
Follow the model:

Age:	6	14	18	19	21	25	27
	Wilmette Elementary School	Lincoln High School, L.A.	Europe	Munich	UCLA*	USC† Law School	First Job: Smith, Klein & Jones
Year: 1954	1960	1968	1972	1973	1975	1979	1982...1984
Years ago: 30	24	16	12	11	9	5	2

*University of California at Los Angeles
†University of Southern California

Kevin: I began school in Wilmette.
Anne: Did you? And when was that?
Kevin: Let's see now. That was in 1960.
And then I moved to L.A. and ...

Kevin's cues
1. began school/Wilmette
2. moved/L.A./started high school
3. graduated/Lincoln High/went to Europe
4. got apartment in Munich
5. came back/went to college
6. finished college/went to law school
7. graduated/law school/got a job

Practice 2

Ask some of the questions again. This time, instead of giving dates, Kevin
tells how many years ago he did things.

Example: "That was twelve years ago."

Practice 3

Try it once more. This time, Kevin says how old he was at the time.

Practice 4

Tell your partner about your life. He/she will ask when each event
happened. Try to use all of the forms practiced.

4. Length of time

> ► How long did you *stay in Munich*?
>
> ▷ I *stayed* there for *two years*.
> from *1973* to *1975*.
> between *1973* and *1975*.

Practice

Ask Kevin questions about how long he did
some of the things below.

1. live in Chicago
2. go to grade school
3. attend high school
4. travel in Europe

5. live in Munich
6. stay at college
7. go to law school

5. What next?

> ► And what did you do | after leaving *Chicago*?
> after you left *Chicago*?
> after that?
> then?
>
> ▷ Well, then I *went to high school in L.A.*

Lincoln High School

Practice 1

Make questions and answers from the cues that follow.
This time Anne uses these forms:

After leaving ...
After you left ...

Example:
Anne: And what did you do after leaving Chicago?
Kevin: I went to high school in L.A.

Anne
1. leave Chicago
2. graduate from high school
3. come back
4. finish college
5. graduate from law school

Kevin
1. go to high school in L.A.
2. travel around Europe for a while
3. go to college
4. go to law school
5. get a job

Practice 2

Try it again. This time mix all four forms presented above. Don't use the
same pattern two times in a row.

Practice 3

Now put it all together. Kevin is talking to a career counselor who is helping him write a new resume. One of you is the counselor. You ask Kevin some basic questions about his background and write down the information below. Be sure to find out what he did between June of 1972 and August of 1975. A polite way to do that would be to say:

So, you finished high school in _ _ _ _ _ _ and you began college in _ _ _ _ _ _ .
Could you tell me what ...

RESUME WORKSHEET

Name: _____

Address: _____

Telephone: _____

Place of Birth: _____

Date of Birth: _____

Education

Name and Location	From Month and Year	To Month and Year	Degrees
High School			
College			
other Education or Training			

Employment History

Name and address of Employer	From	To	Position	Responsibilities

LISTEN TO THIS

1. You are going to hear an interview with Bonnie Nelson. First read the statements below, and then mark them true or false as you listen.

	TRUE	FALSE

1. Bonnie Nelson is an opera singer.

2. She first danced in Swan Lake when she was in high school.

3. She grew up in Omaha, Nebraska.

4. She studied in New York City.

5. After finishing her studies, she joined the New York City Ballet.

6. She lived in Paris for two years.

7. She returned to the States in 1976.

8. She loves San Francisco, but hates New York.

9. She joined the New York company two years ago.

10. She became the lead dancer in March.

11. She is going to Asia in the summer.

Now listen again and check your answers.

2. Now you are going to hear a college literature teacher talking about Ernest Hemingway. Answer the questions below.

1. What year was Hemingway born?

_____

2. What was his father's occupation?

_____

3. When did he first begin to write?
   a) ☐ in high school
   b) ☐ in college
   c) ☐ after college

4. What job did he do after he graduated from high school?

_____

5. Was he a soldier during the first World War?

_____

6. When did he publish his first collection of stories?

_____

7. Which novel does the lecturer think is better, *The Sun Also Rises* or *A Farewell to Arms*?

_____

8. Did Hemingway see World War II as a soldier?

_____

9. Was his novel, *Across the River and into the Trees* popular?

_____

10. For what book was he awarded the Pulitzer Prize?
    a) ☐ *A Farewell to Arms*
    b) ☐ *The Sun Also Rises*
    c) ☐ *The Old Man and the Sea*

11. Did Hemingway die of an illness?

_____

Now listen again and check your answers.

WOODY ALLEN and MIA FARROW
IN
BROADWAY DANNY ROSE

1. Jigsaw reading: an invitation

George Benedetto is calling Karen Simmons to ask for a date. The sentences are out of order. Rearrange them and write their conversation on a piece of paper. Then do the same for Part II.

Part 1

Karen:
- Saturday would be fine. What did you want to see?
- Oh, yes, of course. How are you, George?
- Speaking.
- Oh, I'd love to, George, but I'm afraid I'm busy this Friday. You see, I'm taking a course that meets on Friday night.
- Hello.
- Oh, yes! I love Woody Allen films.

George:
- Well, there's a new Woody Allen movie at the Bijou. I thought that would be fun.
- Oh, that's too bad. Well, could we make it another time, say, Saturday?
- Hello, I'd like to speak to Karen Simmons, please.
- Just fine, thanks. Uh, Karen, I was just wondering if you'd like to go to the movies this Friday.
- Oh, hi, Karen. This is George Benedetto. We met last week at Tom Peterson's party. Do you remember?

Part 2

Karen:
- That sounds fine. Let me give you my address. Have you got a pen?
- Well, see you on Saturday.
- OK, it's 47 Maple Drive, Apartment C.
- Do you need directions?

George:
- How about if I pick you up at your place at 8:00?
- Uh-huh. Go ahead.
- No, thanks. I think I can find it.
- Apartment C. Got it.
- Right. See you then.

2. Making a date (For useful language, review Unit 6.)

Student A
You are a very popular and busy business person. You have something
to do on five nights this week. Make up five activities, and, following the
example below, write them in your own appointment book.

For example:

July 1984	July 1984
2 Mon. 7·00 dinner with Peggy	**6 Fri.**
3 Tues. 7·30 Yoga Class	**7 Sat.** 9·00 Jim's Party
4 Wed. 8·30 meet with accountant	**8 Sun.**
5 Thur. 8·00 lecture	

Your appointment book:

August 1984

1 Mon.

2 Tues.

3 Wed.

4 Thur.

August 1984

5 Fri.

6 Sat.

7 Sun.

Student B
You enjoy A's company and would like to make a date with him/her this week. Choose something to do and write down the event (a specific movie, concert, sports event, dinner, party, etc.); the day(s) it is possible for you to go to it; and the time it starts.

Now role-play the situation. B invites A to do the activity. A looks at his/her appointment book and responds appropriately. If A is busy, he/she explains why that day is not good and suggests another day. A and B continue talking until they agree on a day.

```
┌─────────────────────────────────┐
│           MEMO                  │
│                                 │
│                                 │
│ Event: _____  │
│                                 │
│                                 │
│                                 │
│ Days Possible: _____  │
│                                 │
│ _____ │
│                                 │
│ Time: _____  │
└─────────────────────────────────┘
```

3. Finding the way (For useful language, review Unit 7.)

1. You're driving to the Bijou Theater. You stop at the corner of Pine Ave. and Oak St. to ask someone the way.

2. You're at the corner of Pine and Beech. Choose a place on the map and imagine you're driving to it. Ask a stranger for directions.

3. You're at the corner of Oak and Chestnut. Choose a place on the map and imagine you're walking to it. Ask someone for directions.

4. You're at the corner of Beech and Chestnut. Choose a place on the map and imagine you're walking to it. Ask someone for directions.

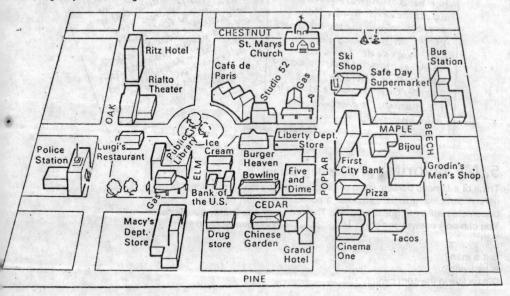

4. The visitors

Bob and Janet White, an American couple. are visiting your country for the
first time. They will be in town only for the weekend. An American friend
has written to ask you to show them around. In pairs, first read the letter.
A reads about Bob. and B reads about Janet. Then exchange information
and plan some interesting things to do.

Now make suggestions like these:

A: Why don't we | take him/her/them to *the museum*?
   Let's |

B: How | about going to *some of the stores*?
   What |

And respond like this:

B: That's a good idea. Janet | loves | *modern art*.
                             | is crazy about |

A: No, that's no good. Bob | hates | *shopping*.
                           | can't stand |

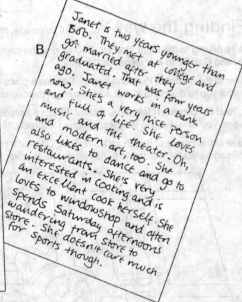

A Bob is 25 years old. He's very
   nice. He finished college three
   years ago and has been
   teaching history in a high
   school near Cleveland. He's very
   interested in the history
   and culture of your country.
   He likes sightseeing very much,
   but he doesn't care for the
   usual tourist traps. He
   prefers to mix with the local
   people to see how they live
   and work. He loves all
   kinds of food so don't worry
   about that. He also loves
   sports. One thing he doesn't
   like, though, is shopping. In
   fact, he hates it.

B Janet is two years younger than
   Bob. They met at college and
   got married after they
   graduated. That was four years
   ago. Janet works in a bank
   now. She's a very nice person
   and full of life. She loves
   music and the theater. Oh,
   and modern art, too. She
   also likes to dance and go to
   restaurants. She's very
   interested in cooking and is
   an excellent cook herself. She
   loves to windowshop and often
   spends Saturday afternoons
   wandering from store to
   store. She doesn't care much
   for sports though.

5. My favorite: (A Guessing Game)

Think of a famous person. living or dead, whom you like very much. This
person can be a musician, an actor, a politician, a writer, etc. Your
classmates will try to guess who it is. They can only ask twenty questions.
You can only answer yes or no. Here are some good questions to start
with:

Is it a man?
Is he living?
Did he live in the 19th century?

LISTEN TO THIS

Timothy Beebe, a reporter for the *Evening Post*, is interviewing James
Thorndike-Lodge, world traveler, lecturer, and writer of travel guides. The
interview you are going to hear will be used for Part 1 and Part 2.

1. As you listen to the interview, look at the pictures and number them 1
to 5 as each subject is mentioned.

2. Now listen to the interview a second time and answer the following questions:

1. Was James Thorndike-Lodge born in England?
2. What nationalities were his parents?
3. What did his father do?
4. Where did Thorndike-Lodge go to school?
5. How many languages can he speak?
6. When did he join the army?
7. How long did he stay in the army?
8. Where was he when he started writing?
9. Where does he live now?
10. What is his recent book about?

Listen again and check your answers.

3. Here are Mr. Beebe's notes on the interview. Use them to tell your partner about Thorndike-Lodge's life.

1927	Born — Bombay, India
	father: Br. army office
	mother: Indian
1932	Went to England
○	Attended elem. school — London
	Boys' school next (Exeter)
1945	Liked it (hated Latin + Greek)
	Graduated and joined army
1950	Was stationed in Egypt (loved it)
	Left army; lived in Cairo and Alexandria
○	Got job as news reporter
'53 – '55 †	Learned Arabic
	Toured Middle East. Went on to Asia:
	Pakistan, India, Afghanistan, Burma,
	Thailand, and Malaysia
	– Wrote travel articles for mag's.
	Lived in Malaysia
○	Learned Maylay
1955 to present	Moved to Indonesia

† 1953–1955

UNIT 11

And what would you like?

Maria:	What are you going to have, Helen?
Helen:	Just a cheeseburger and french fries. What about you?
Maria:	I think I'll have the chef's salad. I guess we're ready to order, then. Waitress, excuse me, waitress.
Waitress:	Yes, ma'am. May I help you?
Maria:	Yes, we'd like to order please.
Waitress:	Fine. And what would you like?
Helen:	I'll have a cheeseburger, medium rare, with french fries.
Maria:	Could I have the chef's salad, please?
Waitress:	One chef's salad and a cheeseburger. And what kind of dressing would you like on the salad?
Maria:	What kinds do you have?

Waitress:	Italian, French, Russian, or oil and vinegar.
Maria:	I'd like Russian.
Waitress:	Would you care for anything to drink?
Maria:	Do you have any iced tea?
Waitress:	I'm sorry, we don't.
Maria:	Well, I'll have a coffee, then.
Helen:	Make that two.
Waitress:	Yes, ma'am. Would you like anything else?
Maria:	Not right now, thank you. What about you, Helen?
Helen:	Could you bring me some sliced tomatoes?
Waitress:	One side order of sliced tomatoes. Very good. And shall I bring you your coffee now?
Maria:	Yes, please.

GIVE IT A TRY

1. In a restaurant: expressing wants among friends/family

> ▶ What are you | going to have, | *Helen?*
> | having,
>
> ▷ (I think) I'll have *a cheeseburger and french fries.*

Practice 1

You're at a restaurant having breakfast with a friend. Ask what he/she
wants to eat and drink. He/she answers using the cues below.

1. a boiled egg and some toast/a cup of coffee
2. pancakes/a pot of coffee
3. fried eggs and bacon/some cocoa
4. some cereal/a glass of juice
5. an omelette/some coffee

Practice 2

Try it again. This time, choose from the following list.

Menu
Pancakes
french toast
Waffles
boiled egg
fried eggs
scrambled eggs
Omelette (cheese or ham)
tea (cup or pot)
coffee (cup or pot)
cocoa
Orange juice
grapefruit juice
tomato juice

2. In a restaurant: speaking to a waiter/waitress

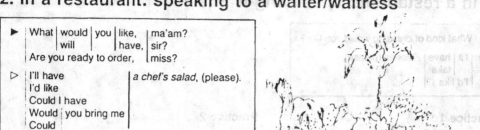

►	What	would	you	like,	ma'am?
		will		have,	sir?
	Are you ready to order,				miss?

▷	I'll have	
	I'd like	a chef's salad, (please).
	Could I have	
	Would you bring me	
	Could	

Practice

Look at the menu. Choose something and tell the
waiter/waitress what you want.

TODAY'S SPECIALS

Turkey Platter
tender Tom turkey served with giblet gravy
Roast Beef Platter
juicy slices of roast beef as you like them
Meat Loaf Platter
just like Mom used to make from 100% ground beef
Chicken Platter
fried to a crisp golden brown

Today's Specials come with your choice of
potato (baked, mashed, or French fries)
vegetable (green peas, carrots, creamed corn)
salad (with Russian, French, blue cheese dressing)
dessert (ice cream, sherbet, chocolate pudding)

Menu

3. In a restaurant: specifying wants

> ► What kind of *dressing* would you like?
>
> ▷ | I'll | have | *Russian* (please).
> | | take |
> | I'd like |

Practice 1

Student A
You are the waiter/waitress. Ask the customer
about the following items.

1. potatoes
2. vegetables
3. dressing for your salad
4. dessert

Student B
You are the customer. Choose from the menu
on page 77.

Practice 2

Try it again. Put Exercises 2 and 3 together.
Begin by calling the waiter/waitress, like this:

A: Excuse me, waiter/waitress!
B: Yes, sir/ma'am. | What would you like?
                   | Are you ready to order?

4. In a restaurant: asking about wants

> ► Would you | care for | anything to drink?
> | like |
>
> ▷ Do you have any *iced tea*?

► I'm	afraid	we don't.	► Yes, certainly.
	sorry,		
▷ Well, (I'll have) *coffee*, then.			▷ Well, I'd like some, please.

Practice

Student A

Ask for the following drinks.
If they are not available, choose
something else.

1. iced tea/coffee
2. lemonade
3. 7-Up/Coke
4. cocoa/milk
5. ginger ale/Pepsi
6. iced coffee/hot coffee

Student B (waiter/waitress)
To answer, look at this list.

not available today
iced tea
Ginger Ale
Cocoa
7-UP
iced coffee

5. In a restaurant: asking about other wants

> ► Would you | like | anything else?
> | care for |
>
> ▷ | No, thank you.
> Not right now, thank you.
> Yes, could you bring me | a piece of apple pie?
> | some sliced tomatoes?

Practice

Student A: Ask the customer (B) if he/she wants anything else.
Student B: You can choose a dessert from the list below or decline if you don't want one.

DESSERTS

pies (apple. cherry. peach)

cakes (chocolate. carrot. pineapple. upside-down)

ice cream (chocolate. vanilla. strawberry)

lemon sherbet

---

6. In a restaurant: offering service

> ► | Shall I | bring | your coffee (now)?
> Would you like me to | get |
> Would you like (to have) |
>
> ▷ | Yes, please.
> No, thank you.

Practice

Ask if the customer would like the following:

1. some coffee
2. a glass of water
3. an extra plate
4. an ashtray
5. some ketchup

7. At someone's house for dinner: (offering and accepting food)

► Can I offer you* | another *cup of coffee*?
Would you like | some more *turkey*?
How about

▷ No, thanks. I've had plenty.
Yes, please. I'd love some.

► Would you like | anything else?
Is there | anything else I can get you?

▷ No, thanks. It was delicious, but I've already eaten too much.
Yes, please. | Could I have | some more | | *turkey*?
| I'd love | another | helping of | *potatoes*.
| | a small

*formal

Practice

You are at a friend's house for dinner. The meal is almost finished.
The host/hostess asks if you want more of anything. Choose from the
language above to answer.

1. turkey   5. stuffing
2. mashed potatoes 6. salad
3. gravy   7. cider
4. vegetables   8. anything else

LISTEN TO THIS

1. You are going to hear a couple ordering dinner. As you listen, look at the menu and write (M) for man and (W) for woman next to the choices they make.

MENU
ENTREES

New York Sirloin Steak broiled to sizzling perfection

German Veal Cutlet breaded and deep fried to a golden brown and served with our delicious cream gravy

Hawaiian Ham Steak served with brown sugar glaze and a pineapple ring

Filet of Sole smothered in butter sauce and topped with a slice of lemon

Baked Salmon served with a tangy anchovy sauce and garnished with parsley

Halibut Creole fresh halibut cooked in a zesty sauce of tomatoes, onions, and green peppers

All of the above entrees are served with your choice of
potato *(mashed, boiled, or baked)*
vegetable *(peas and carrots, broccoli, asparagus)*
or salad *(Russian, blue cheese, French dressing)*

soup of the day
bread or roll

coffee, tea, or iced tea
dessert *(ice cream, pie, cake)*

Listen again and check your answers.

2. Mr. and Mrs. Robinson are deciding what to buy at the supermarket. Listen to their conversation and check (✓) the things they need on the shopping list below.

Shopping List

bread
white ☐
whole wheat ☐

dairy products
eggs ☐
milk ☐
butter ☐

fruit
oranges ☐
apples ☐
bananas ☐

vegetables
potatoes ☐
cucumbers ☐
tomatoes ☐
lettuce ☐
cabbage ☐

meat & poultry
roast beef ☐
pork chops ☐
veal ☐
chicken ☐

Listen again and check your information.

3. Our speech varies according to different social situations. You are going to hear five different conversations. In each one, Anna Lopez is talking to a different person:

her husband   a post office clerk   a telephone operator

a store clerk   her son

As you listen, answer these questions:

Who is she talking to?
a) _____
b) _____
c) _____
d) _____
e) _____

What does she want?
a) _____
b) _____
c) _____
d) _____
e) _____

Listen again and check your information.

UNIT 12

How have you been?

Diana: Jackie!

Jackie: Díana! I haven't seen you for ages. How've you been?

Diana: Fine, just fine. And you?

Jackie: Gee, it really is great to see you again. And how's Ted doing?

Diana: Oh, he's OK. You know Ted—always busy—in the office or on the golf course.

Jackie: By the way, have you heard about Rita?

Diana: No, what about her?

Jackie: Well, she's asked for a divorce.

Diana: Really! When did that happen?

Jackie: Oh, about two weeks ago.

Diana: No kidding. And Bob, what's he doing?

Jackie: Well, he's moved out, of course. He's living in some hotel now.

Diana: Tsk, how awful! Look, I'd like to hear more about it, but I really have to run. I'm late for an appointment. Can I give you a call?

Jackie: Yeah, sure. Well, talk to you later then. Oh, and give my love to Ted.

Diana: I will. So long.

GIVE IT A TRY

1. Greetings

> ▶ *Jackie*!
>
> ▷ *Diana*! I haven't seen you for | ages. | How've you been?
> | such a long time. | How are you?
> | months. | How're things?
> | | How's everything?
>
> ▶ | Just great. | And you?
> | Fine, just fine. |
> | Oh, not bad. |
> | OK, I guess. |
> | Oh, can't complain. |

Practice

You haven't seen one of your classmates
for a long time. Greet him/her.

2. Asking about others

> ▶ And | how's *Ted* | doing?
> | | getting along?
> | how're things with *Ted*? |
>
> ▷ Oh, *he's* | fine.
> | OK.
> | not bad.

Practice 1

Ask a classmate about one of his/her friends
or another classmate.

Practice 2

Find out the name of your partner's husband/wife
or close friend. Put Exercises 1 and 2 together.
Follow this model:

A: Oh, hi, __(name)__!
B: __(name)__! I haven't seen you for *ages. How've you been?*
A: *Fine, just fine.* And you?
B: *Oh, not bad.* And how's _____?
A: Oh, he/she's *OK.* You know _____—always busy.

. Gossiping

► By the way, have you heard about *Rita*?
▷ No, what about her?
► *She's asked for a divorce.*
▷ | Really! | When did that happen?
    | No fooling! |
    | No kidding! |
    | You don't say! |
    | Well, I'll be! |

Practice

Tell your partner the news about the following people

1. Rita/asked for a divorce/about two weeks ago
2. Jim and Carol/had a baby/last month sometime
3. Alice's daughter/ran away from home/Saturday
4. Bill and Margaret/have gotten engaged/last weekend
5. Shirley/has gotten a promotion/a couple of weeks ago

. Reacting

► *Bob's moved out.*
▷ Oh, | that's too bad.
     | I'm sorry to hear that.
     | how awful.
     | that's terrible.

► *Jim and Carol have had a baby.*
▷ | How | wonderful.
  | That's | terrific.
        | great.

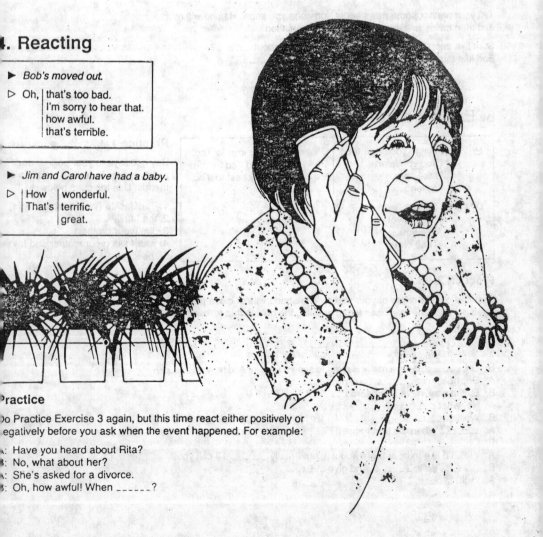

Practice

Do Practice Exercise 3 again, but this time react either positively or negatively before you ask when the event happened. For example:

A: Have you heard about Rita?
B: No, what about her?
A: She's asked for a divorce.
B: Oh, how awful! When _____?

5. Ending a conversation (1)

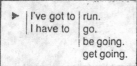

```
▶  I've got to | run.          OR    ▶  I'll call you.
   I have to   | go.                    Can I give you a call?
               | be going.          ▷  Yeah, sure. Bye.
               | get going.
```

Practice 1

You are talking with your partner. End the conversation politely.

Practice 2

Tell your partner some news about someone you know. He/she will react
and then make an excuse to end the conversation.

Start like this: Oh, by the way, have you heard about _ _ _ _ _ _?
End like this: I'd like to hear more about it, but _ _ _ _ _ _ _.

6. Ending a conversation (2)

```
▶  Well, | talk to you later, then. | Oh, and | give my love to Ted.
         | see you later.           |         | say hi to Ted for me.
         | take care.               |         | give my best to Ted.
         | so long.                 |
▷  I will. | So long.
           | Bye (–bye).
           | See you.
           | Take care.
```

Practice 1

Say goodbye to your partner and
send regards to his/her relatives or
friends. Use the cues below.

1. Ted/Jackie (your husband/wife)
2. the family
3. Jim (your brother)
4. your folks (your mother and father)
5. the kids

Practice 2

First find out the name of your partner's husband/wife or close friend.
Then put all of the exercises together using the outline that follows:

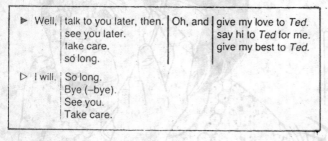

A: Oh, hi, _ _ _ _ _ _.
B: _ _ _ _ _ _. I haven't _ _ _ _ _ _. How _ _ _ _ _ _?
A: _ _ _ _ _ _. And you?
B: Oh, _ _ _ _ _ _. Gee, it really is great to see you again. And how's _ _ _ _ _ _?
A: Oh, he/she's _ _ _ _ _ _. You know _ _ _ _ _ _.
B: By the way, have you heard _ _ _ _ _ _?
A: No, what's _ _ _ _ _ _?
B: Well, _ _ _ _ _ _.
A: _ _ _ _ _ _! When did that happen?
B: Oh, _ _ _ _ _ _.
A: Well, I'd like to hear more about it, but I really _ _ _ _ _ _. I'll call you.
B: _ _ _ _ _ _. Well, _ _ _ _ _ _. And give _ _ _ _ _ _.
A: I will. _ _ _ _ _ _.

Greeting people—more formally

▶	Hello,	Mr(s). *Johnson.*	How are you today?
	Good	morning,	Ms. *Johnson.*	
		afternoon,	Miss *Johnson.*	
		evening,		

▷ Fine, thank you.

▶ And how is | Mr(s). *Johnson*?
            | the family?

▷ Oh, | he/she's | fine, thanks.
      | they're |

Practice

Greet your classmates more formally. Then ask about their husbands, wives, or families.

Ending a conversation—more formally

▶ Please excuse me, but I really have to be going.

▷ Yes, of course. It was nice | to see | you.
                              | seeing |

▶ It was nice to see you, too. And please give my regards to *Mr(s). Johnson.*

▷ I will. Goodbye.

actice 1

d the conversation and send greetings to your friend's spouse.

actice 2

w put Exercises 7 and 8 together. Follow the outline below:

Greet the person.
Ask about his/her wife, husband, or family.
End the conversation.
Send your regards.

LISTEN TO THIS

1. You are going to hear conversations between four different pairs of people. Listen to each conversation, and choose the most likely phrase to complete it.

Conversation 1
a) No kidding.
b) I'm sorry to hear that.
c) That's terrific.

Conversation 2
a) See you.
b) You don't say.
c) How terrible.

Conversation 3
a) Oh, not really.
b) Oh, that's not bad.
c) Oh, that's too bad.

Conversation 4
a) Take care.
b) I've got to run.
c) Oh, I can't complain.

Now listen again and check your answers.

2. **Part 1.** Now you will hear five conversations. Before listening, look at the pictures below. Then, as you listen, decide which picture fits each conversation and write the number of the conversation under the picture that goes with it.

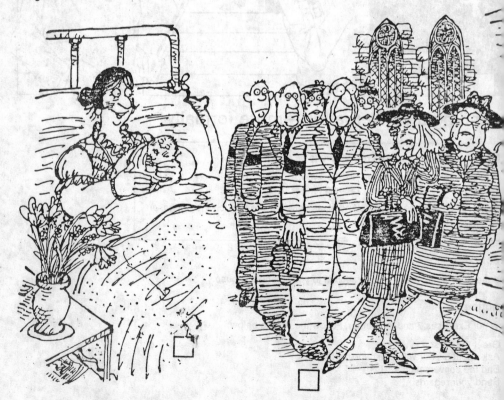

Listen again and check your answers.

Part 2. Now listen again to the conversations. This time write down when each event happened. Before listening, review this vocabulary:

| the day
the night | .before | yesterday
last | a couple of | days
weeks
months | ago | last | night
weekend
month
Sunday, Monday … |

a) _____

b) _____

c) _____

d) _____

e) _____

UNIT 13

What did the person look like?

Woman: Officer! Officer!
Officer: Yes, ma'am.
Woman: Somebody just took my purse! My money, my credit cards—everything's gone!
Officer: All right Just calm down a minute ... OK. Now. What did the person look like?
Woman: He was kind of tall and thin.
Officer: About how tall was he?
Woman: Around 5' 10".*
Officer: 5' 10". And how much did he weigh?
Woman: I'm not sure. Maybe around 140 lbs.†
Officer: And about how old was he?
Woman: Oh, he was fairly young—in his mid-teens, I think ... sixteen or seventeen.
Officer: And what color was his hair?
Woman: Blond, and it was long and straight.
Officer: Eyes?
Woman: I don't know. It all happened so fast.
Officer: Yes, of course. What was he wearing?
Woman: Jeans and a T-shirt. Oh, and a denim vest.
Officer: Fine, and now tell me about your purse. What did it look like?
Woman: Well, it was dark brown, and it had a shoulder strap.
Officer: What was it made of?
Woman: Leather.
Officer: OK, now I'll need your name and address.

*In conversation, 5' 10" is usually pronounced five ten or five foot ten. It is also possible to say five feet ten inches.
†a hundred and forty pounds

GIVE IT A TRY

1. Describing people (1)

IN THE UNITED STATES

►	What	did	he look like?
		does	

▷	Well, he	was	fairly*	tall/short.
		is	pretty*	thin/heavy.
			kind of*	tall and thin.
			sort of*	
			rather*	
	He	was	average height and weight.
		is		

MEN   WOMEN

MEN		WOMEN
6'4"	Very tall	5'11"
5'11"	Tall	5'7"
5'8"	Medium height	5'4"
5'6"	Short	5'0"
Below 5'6"	Very short	Below 5'0"

Practice

Someone has stolen your wallet. Describe him or her to your partner.

2. Describing people (2)

►	How tall	was	he?
		is	

▷	Around	five ten,	I'd say.
	About		I think.

►	And how much	did	he	weigh?
		does		
		do you		

▷	Around	140 pounds.
	About	

*All of these words or phrases have similar meanings.

Practice

Find your height in feet and inches and your weight in pounds using the procedures below. Then, in groups of five, ask your classmates their heights and weights and write them down. Find out your group's average height in feet and weight in pounds.

To convert your height from centimeters to feet and inches:

- Multiply your height in centimeters by .3937 to get your height in inches.
- Round off the resulting number to the nearest inch.
- Then divide by 12 to get feet and inches.

Note:
> 1 centimeter = .3937 inches
> 12 inches = 1 foot

Example: Ana is 170 cm. tall.
> 170 × .3937 = 66.929, which rounds off to 67 in.
> 67 ÷ 12 = 5 with a remainder of 7, or 5 ft. 7 in.

To convert your weight from kilograms to pounds:

- Multiply your weight in kilograms by 2.2.
- Example: Ana weighs 56 kilograms.
> 56 × 2.2 = 123.2 or 123 lbs.

3. Asking about age*

*How old are you? is a question that we do not generally ask adults, especially when they are (1) older than we are or (2) in positions of higher authority.

| ► How old | was | he? |
| | is | |

▷ Pretty	young.	In his	(mid–)	teens.
Fairly	old.		(early)	seventies.
Kind of			(late)	forties.
Sort of				
Very				

Practice

Ask your partner the ages of the people below. Use this model:

A: How old is _____?
B: He/she's pretty old/young. (In his/her) _____, I think.

1. Sophia Loren
2. Ronald Reagan
3. Olivia Newton-John
4. the Pope
5. Elizabeth Taylor

4. Describing hair and eyes

> ▶ What color is │ his │ hair?
>   │ her │
>
> ▷ │ It's │ *blond.*
>   │ *black.*
>   │ *gray.*
>   │ He/she has │ *brown* │ hair.
>   │ *red* │
>   │ She is a │ *blonde.*
>   │ *brunette.*
>   │ *redhead.*

> ▶ What kind of hair does he/she have?
>
> ▷ │ It's │ *long and straight.*
>   │ *short and curly.*
>   │ *medium length and wavy.*
>   │ He has │ *a crew cut.*
>   │ *an Afro.*

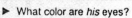

> ▶ What color are *his* eyes?
>
> ▷ │ They are │ *blue.*
>   │ *brown.*
>   │ *hazel.*
>   │ *green.*
>   │ *gray.*
>   │ *black.*

Practice 1

Describe the hair of the people below.

Practice 2

You have just lost your daughter in a department store. Ask the security guard for help. Begin like this:

Parent: Sir, could you please help me? I can't find my little girl! I've looked everywhere!
Guard: Where were you when you noticed she was missing?
Parent: I was looking at that luggage display.
Guard: How long ago was that?
Parent: Just a few minutes ago.

Now, continue the conversation:

Guard	Parent
You ask questions to find out:	You answer with this information:
• how old she is	○ five years old
• what her name is	○ Nancy Petersen
• what she looks like	○ long, dark brown hair; brown eyes
• what she was wearing	○ red dress

End like this:

Guard: You wait by the luggage in case she comes back. I'll start looking for her and make an announcement over the loudspeaker.

5. Describing clothing

> ► What | was | he wearing?
> | is |
>
> ▷ *Jeans and a T-shirt.*

Practice 1

Look at these pictures for a minute.
Close your books and describe what
the people are wearing.

Practice 2

A Guessing Game
Choose another person in the class and describe what he she looks like
(height. hair. eyes. clothing) The other students guess who it is.

6. Describing things

> ▶ What does *your purse* look like?
>
> ▷ It's | dark | *brown leather*, and it | has | a *shoulder strap.*
> | light | | 's got |

Practice 1

Describe the following things.

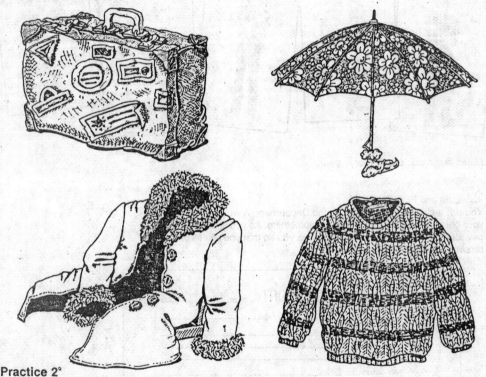

Practice 2°

You're at the Lost and Found Department in a railway station. Choose one of the things above and describe it for the clerk. Start like this:

Passenger: Excuse me.
Clerk: Yes, ma'am/sir. May I help you?
Passenger: I hope so. I've lost my _____.
Clerk   I see. And, what _____?
Passenger: Well, it's _____ and it's got _____.
Clerk: (Be sure to find out: what it's made of,
           what color it is, how big it is,
           if it's got a/any _____, where the person saw it last.)

LISTEN TO THIS

1. Reporting a Crime.
You are going to hear a man describing a thief. Look at the pictures and
place a check (✓) next to the person you think is the criminal.

Listen again and check your answer.

2. Lost and Found.
You are a clerk in the Lost and Found Department. A woman comes to
your office to report that she has lost something. As you listen to the tape,
pay attention to the information she gives you so that you can fill in the
report.

LOST AND FOUND REPORT   DATE_____

ITEM_____ VALUE_____

DESCRIPTION _____

_____

_____

LAST TIME NOTED_____

LAST PLACE NOTED_____

TRAVELED SINCE THEN_____

_____

IF FOUND NOTIFY: NAME:_____

ADDRESS_____

CITY AND STATE_____

PHONE _____

Now listen again and check your information.

UNIT 14

Have you ever been to Japan?

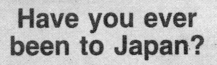

Ted: Exciting, but not very attractive. All the
buildings are gray and ugly. And it's
very crowded, of course.

Jack: And how about Kyoto?

Ted: That was a fascinating place. I liked
Kyoto a lot better. It's smaller than
Tokyo. It's not as crowded. And it's just
generally more interesting.

Jack: Why? What's there to see?

Ted: Well, there are lots of beautiful temples
and some really lovely gardens, and it's
also got an old imperial palace.

Jack: Sounds great. Listen, I also want to buy
a camera. Which city do you think is
better for shopping?

Ted: Tokyo, I guess. It's got more shops and
a bigger selection. But it's also more
expensive. In fact, it's probably the
most expensive city in the world.

Jack: Have you ever been to Japan? I'm
going in the fall.

Ted: Yeah, I was there last summer.

Jack: Really? Tell me about it. What was it
like?

Ted: Oh, it was terrific.

Jack: Where did you go?

Ted: Tokyo and Kyoto. I only had a week
and a half.

Jack: What did you think of Tokyo?

GIVE IT A TRY

1. Past experiences

▶ Have you ever been to *Japan*?

▷ Yes, (I've been there) *a few times.*
  I was there *last summer.*
  No, never.

Practice

Combine a verb in the first column with an appropriate phrase from the second column, and form a question like the example. (You may combine some verbs with several phrases.)

Example: *Have you ever been to a rock concert?*

been to ─────────── apple cider
eaten ────────── a rock concert
drunk   a wrestling match
seen   San Francisco
visited   a James Bond movie
gone to   Disneyland
made   Mexican food

2. Asking for a description or opinion (1)

	▶ So, what	's / was	it like?		

▷ It	's / was	terrific.		▷ It's a	terrific		place.
	very	interesting.			very	boring	movie.
	really	awful.			really		city.
	kind of	boring.			kind of		

Practice

Get into groups of five. Choose one activity from the list below and ask all of the people in your group if they are familiar with it. If they are, ask them to describe it. When everyone has finished, report to the group what you have found out.

Disneyland   a James Bond movie
Mexican food   San Francisco
apple cider   a rock concert
wrestling match

Here are some descriptive expressions to choose from. You can also use other words.

a terrific place   a kind of boring sport
delicious   very exciting
very sweet   a lovely city
really loud

Example:
A: Have you ever been to Disneyland?
B: Yes, I have.
A: What was it like?
B: It was very exciting.
A: (asks the other students in the group, then he/she tells the group what he/she has found out.)
  Akiko and Sergio have been to Disneyland.
  They thought it was very exciting.
  OR
  No one in the group has ever been to Disneyland.

3. Asking for a description or opinion (2)

▶ | What did you think of | Tokyo?
| How was |
| What was *Tokyo* like? |

▷ | *Exciting*, but not very *attractive*.
| The *buildings* are *gray* and | rather | *ugly*.
| | very. |

▶ | What | are | the *subways* like?
| | were |
| How | are | the *subways*?
| | were |

▷ They're *clean* and *fast*, but very *crowded*.

Practice 1

Student A
Ask about a city your partner has visited.

1. the downtown area
2. the houses
3. the transportation system
4. the roads
5. the restaurants
6. the people

Student B
Use the cues below.

1. crowded/noisy/attractive
2. comfortable/attractive/small
3. inefficient/uncomfortable/cheap
4. wide/in good condition/very busy
5. good/clean/expensive
6. kind/helpful/shy

Practice 2

Student B
Now ask A about these things.

1. the weather
2. the subways
3. the trains
4. the food
5. the countryside

Student B
Use the cues below.

1. hot/humid in the summer
2. clean/comfortable —
3. fast/on time
4. interesting/tasty
5. quiet/peaceful

Practice 3

Student A
Now ask your partner about his/her town.

Student B
Answer truthfully, using any of the descriptive words in Practice Exercises 1 and 2. Add others if you wish.

4. Comparing (1)

> ► How is *Kyoto*?
>
> ▷ It's *smaller* than *Tokyo*, and it's not so *crowded*
> It's more *interesting* than *Tokyo*.
>
> ► What are the *buildings* like?
>
> ▷ They're *older* and more *beautiful* than in *Tokyo*

Practice

As a class or small group discussion, choose two
cities and compare them. Talk about these topics:

1. the weather
2. the transportation system
3. the airport
4. the food
5. the people
6. the hotels

As other topics arise in the course of conversation,
include them as well.

5. Things to see

> ► What can you see there?
> What's there to see?
>
> ▷ There are | lots of | *temples* and | some | *lovely gardens.*
> | many | | lots of |
> | a number of | | many |
> | some | | a number of |
>
> It's also got | *an old imperial palace.*
> It also has

Practice

Ask your partner what there is to see in his/her hometown.
Start like this:

Where do you come from?
What can you see there?

You can help by asking about the following.

Example: Are there any *art galleries* in _ _ _ _ _ _?

1. historical buildings   4. good hotels
2. art galleries   5. museums
3. good restaurants   6. big department stores

6. Comparing (2)

▶ Which city is *better for shopping*?

▷ *Tokyo is better.* | It's got more *shops*.
| There is more *choice*.

Kyoto isn't *as good*. It doesn't have as many *shops*.

Practice

On a piece of paper, give your partner the names of two cities that you know well. He/she will ask you about the following things, using the model above. When you answer, give your reasons for your opinions.

1. shopping   4. sightseeing
2. entertainment   5. dining
3. raising a family

7. Comparing (3)

▶ Which is the | *most expensive*?
| *biggest*?

▷ *Tokyo* is the | *most expensive* , city (in the world).
| *biggest*

Practice 1

Ask your partner to close his/her book and answer these questions. Correct any wrong answers.

1. Which of these countries is the biggest: Japan, Switzerland or England?

(Japan: 145,824 square miles)
(Switzerland: 15,941 square miles)
(England: 50,362 square miles)

2. Which of these countries produces the most oil: Saudi Arabia, the United States, or the USSR?

(Saudi Arabia: 425.8 million metric tons)
(the United States: 401.2 million metric tons)
(the USSR: 519.7 million metric tons)

3. Which of these cities has the fewest people: Shanghai, Tokyo, or Mexico City?

(Shanghai: 11,500,000)
(Tokyo: 11,300,000)
(Mexico City: 17,000,000)

4. Which river is the longest: the Mississippi, the Nile, or the Amazon?

(Mississippi: 2,348 miles)
(Nile: 4,145 miles)
(Amazon: 4,000 miles)

Practice 2

Make up three questions to ask your partner. They can be about his/her country, family, or anything else you are interested in.

LISTEN TO THIS

1. Sally has just returned to New York City after a vacation on the West Coast. She is now telling her friend about her trip, and especially about Los Angeles and San Francisco. She talks about the size of the two cities, the transportation, the weather, and other things. In the space below, take notes on these topics and any others that interest you. One or two words are enough (e.g., under Los Angeles: more people).

Los Angeles	*San Francisco*

Now listen again and check your information.

. An "old-timer" is talking about his home, Honolulu, and the changes
at have taken place there. Listen for the answers to the questions in your book.

How has the beach changed?
How has the town changed?
When did the changes begin?
How does the man feel about the changes?

isten again and check your answers.

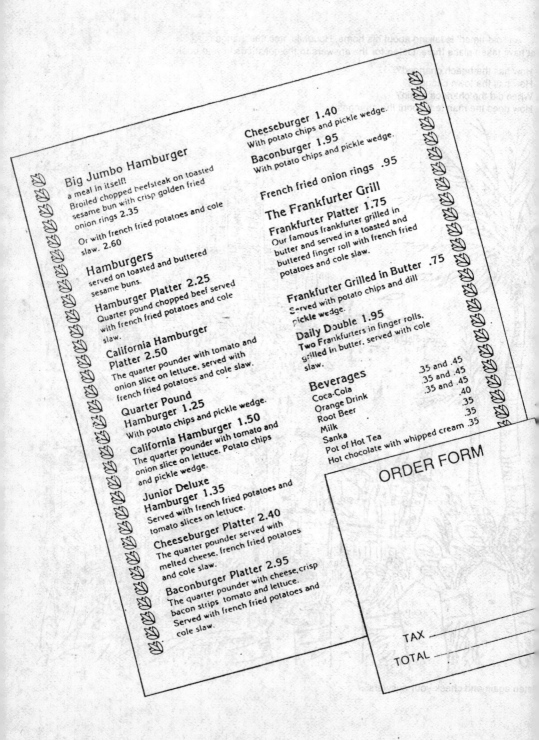

Big Jumbo Hamburger
a meal in itself!
Broiled chopped beefsteak on toasted
sesame bun with crisp golden fried
onion rings 2.35

Or with french fried potatoes and cole
slaw. 2.60

Hamburgers
served on toasted and buttered
sesame buns.

Hamburger Platter 2.25
Quarter pound chopped beef served
with french fried potatoes and cole
slaw.

California Hamburger
Platter 2.50
The quarter pounder with tomato and
onion slice on lettuce, served with
french fried potatoes and cole slaw.

Quarter Pound
Hamburger 1.25
With potato chips and pickle wedge.

California Hamburger 1.50
The quarter pounder with tomato and
onion slice on lettuce. Potato chips
and pickle wedge.

Junior Deluxe
Hamburger 1.35
Served with french fried potatoes and
tomato slices on lettuce.

Cheeseburger Platter 2.40
The quarter pounder served with
melted cheese, french fried potatoes
and cole slaw.

Baconburger Platter 2.95
The quarter pounder with cheese, crisp
bacon strips, tomato and lettuce.
Served with french fried potatoes and
cole slaw.

Cheeseburger 1.40
With potato chips and pickle wedge.

Baconburger 1.95
With potato chips and pickle wedge.

French fried onion rings .95

The Frankfurter Grill

Frankfurter Platter 1.75
Our famous frankfurter grilled in
butter and served in a toasted and
buttered finger roll with french fried
potatoes and cole slaw.

Frankfurter Grilled in Butter .75
Served with potato chips and dill
pickle wedge.

Daily Double 1.95
Two Frankfurters in finger rolls,
grilled in butter, served with cole
slaw.

Beverages
Coca-Cola	.35 and .45
Orange Drink	.35 and .45
Root Beer	.35 and .45
Milk	.40
Sanka	.35
Pot of Hot Tea	.35
Hot chocolate with whipped cream	.35

ORDER FORM

TAX ____

TOTAL ____

1. Eating out

Work in groups of three and role-play this situation: Students A and B are
two friends who are having lunch together. Look at the menu and decide
what you're going to have. Then call the waiter/waitress (Student C) who
will write down your order. (For useful language review Unit 11.)

2. Old times

Work with one partner to role-play this situation. You meet an old high
school friend, Student B, in a shopping plaza. You haven't seen each
other since you graduated. Ask what he/she has been doing and tell him/
her what has happened to you. Then talk about other high school friends.
Some of them are shown below. Remember to end the conversation.

Useful expressions:
What have you been up to?
What ever happened to _____?
Have you heard about _____?
Do you remember _____? Well, he/she _____.
(For other useful language review Unit 12.)

Student A
Read about these people and choose one or two to ask B about:

Mary Jackson
- cheerleader and prom
  queen
- went to UCLA, studied
  nursing
- met and married
  an Arab prince
- now lives in Jidda
- has three children

Bruce Frazer
- captain of the foot-
  ball team and Mary's
  boyfriend
- went to Yale*
- then to medical
  school
- after graduating,
  joined the staff of
  Houston General
  Hospital
- married a patient
- has a boy and a girl

*Yale University

Marge Carmichael
- "the bookworm"
- went to the University
  of Chicago
- dropped out after two years
- started writing
  romantic novels
- had several best sellers
- married a publisher;
  divorced after six months
- now lives in Malibu
  with her dog

Student B
Read about these people and choose one or two to ask A about:

Judy Silverstem
- "the pianist"
- studied music at The Juilliard School*
- after graduating, got scholarship to study in Vienna
- toured all over Europe
- made her American debut in L.A. last summer
- signed a record contract with RCA

Chuck Robinson
- senior class president
- went to Berkeley† and then to law school
- became active in politics
- was elected state senator
- married a girl from a rich family
- has one child
- lives in Sacramento

Mike Delaney
- "the brain"
- went to Columbia‡
- got a Ph.D. in American history
- couldn't find a job
- is now driving a taxi in New York City
- wife divorced him

*in New York
†University of California at Berkeley
‡Columbia University

3 The check-up

Student A
You are visiting a doctor for the first time.

Student B
You are the receptionist. Ask Student A whatever questions are necessary so that you can fill out this medical history. (Review Unit 9 for useful language.)

MEDICAL HISTORY

Name:_____

Address: _____

Telephone:_____ Age:_____ Date of Birth: _____

Employer:_____ Business Telephone: _____

Address: _____

Referred by: _____

Have you ever been hospitalized? yes ☐ no ☐
  If yes, give dates and reasons: _____
  _____
  _____

Are you allergic to any drugs? yes ☐ no ☐
  If yes, explain: _____
  _____

Have you ever had:

chicken pox	yes ☐	no ☐	don't know ☐
malaria	yes ☐	no ☐	don't know ☐
measles	yes ☐	no ☐	don't know ☐
tuberculosis	yes ☐	no ☐	don't know ☐

4. Helping a friend

Two people role-play this situation:

Student A
Read this:

One of your friends is coming to visit you. (Choose one from the pictures below.) He/she is arriving at 3:40 p.m. on American Airlines flight #079 from Dallas. You can't meet her/him because you have to work. Call up your partner and ask him/her to pick your friend up.

Student B
Read this:

Your partner asks you to pick up a friend at the airport. You agree. Be sure to find out:

1. what the person looks like.
2. what he/she is going to be wearing.
3. what airline he/she is coming on.
4. what the flight number is.
5. the arrival time.

5. A winter vacation

Three people role-play this situation:
The three of you are friends living in Houston, Texas. You have two weeks
for a Christmas vacation. You have three different choices: New York,
Aspen, or Acapulco. Decide where to go. (Review Unit 14 for useful
language.)

A reads this:

You're interested in music, art
and the theater. You would like
to go to New York. You don't
care much for sports; you can't
ski and you can't swim. You
hate hot weather.

B reads this:

You enjoy the peace and quiet
of the mountains. You love to
ski and you want to get away
from big cities. You think
Acapulco is too expensive and
besides you can't speak
Spanish.

C reads this:

You want to go to Acapulco.
You love Mexican food, and
you speak Spanish. You want
to relax, swim, fish, and go to
discos in the evening. You
don't like to ski much; you've
only done it once. You think
New York is dirty, dangerous,
and expensive.

LISTEN TO THIS

You will hear two people discussing and comparing six cities. Listen to what they say about each city. Then write the name of the city in the boxes in your book. Note: you will hear different information about each pair of cities.

	Which city did the speaker say was cleaner?	Which city did the speaker prefer for shopping?	Which city did the speaker prefer for sightseeing?	Which city did the speaker say was bigger?
Conversation 1 Montreal/Ottawa				
Conversation 2 Hong Kong/Singapore				
Conversation 3 Cairo/Luxor				

Listen again and check your answers.

TAPESCRIPT

UNIT 1 Listen to this (page 7)

1

A: Interesting meeting, isn't it?
B: Yes, very. I thought the last speaker was especially good.
A: Let me introduce myself, by the way. My name's Thomas Bradley.
B: How do you do? I'm Ted Nugent.
A: Sorry, what was your last name again?
B: It's Nugent, N-U-G-E-N-T, but just call me Ted.
A: OK, I'm Tom.
B: Glad to meet you.
A: And what do you do, Ted?
B: Me? I'm in the car business.
A: Salesman?
B: Yes, that's right. And how about you?
A: I work for American Airlines.
B: Oh, really? What do you do there exactly?
A: I'm in the Personnel Department.

2

A: Hot in here, isn't it?
B: Yeah, really.
A: Is it OK if I sit here?
B: Of course. Help yourself.
A: Thanks. My name's Bill Peters, by the way.
B: Hi, I'm Susan Jackson.
A: Nice to meet you. And what do you do, Susan?
B: I'm a student at UCLA.
A: Oh, are you? And what are you studying?
B: Medicine.
A: Really?
B: Yes, I want to be a doctor one of these days. What about you?
A: I'm an engineer. I work for Boeing. Say, would you like a drink?
B: Sure. Thanks.

3

A: Great party, isn't it?
B: Sure is. Jane and Ted always have great parties.
A: This is my first. I only met Jane last week. She and I teach at the same school.
B: Oh, so you're a teacher?
A: Yeah, history. What about you?
B: I work for GM.
A: General Motors?
B: Right.
A: What do you do there?
B: I'm an accountant.
A: Oh, I see. By the way, my name's Bob Evans.
B: Glad to meet you. I'm Jim Taylor.

UNIT 2 Listen to this (page 14)

1

Agent: Good morning. May I help you?
Man: Yes. I'm looking for an apartment—I'd like two bedrooms.
Agent: All right. Have a seat, please. Let me ask you a few questions. First of all, may I have your name, please?
Man: My name's Donald Eakins.
Agent: How do you spell your last name, Mr. Eakins?
Man: It's E-A-K-I-N-S.
Agent: E-A-K-I-N-S. First name: Donald. And what's your present address, Mr. Eakins?
Man: It's 1446 Pine Street.
Agent: 1446 Pine. That's in San Francisco, isn't it?
Man: Yes, it is.

Agent: Do you have a phone?
Man: Yes. It's 285-9807.
Agent: 285-9807. And could you tell me your occupation, please?
Man: I'm a sales clerk.
Agent: I see. And the name of your employer?
Man: I work for Liberty House Department Store ... in the Furniture Department.
Agent: Liberty House Department Store. Fine. And you're looking for a two bedroom apartment?
Man: That's right.
Agent: Could you wait just a minute, please? I'll take a look in our files.

2

Officer: Next, please. Good afternoon, sir. May I have your disembarkation card?
Tourist: What?
Officer: Your landing card. Do you have one?
Tourist: No. I have no card.
Officer: I see. Well, I'm afraid you need one. Here, let me help you. First of all, could I have your surname, please?
Tourist: My name?
Officer: Yes, your last name. You know, your family name.
Tourist: Ah, yes. Rosenzweig.
Officer: I beg your pardon?
Tourist: Rosenzweig.
Officer: Could you spell that for me, please?
Tourist: R-O-S-E-N-Z-W-E-I-G.
Officer: R-O-S-E-N-Z-W-E-I-G. And now your first name?
Tourist: Albrecht.
Officer: I'm sorry, but I'm afraid you're going to have to spell that one too.
Tourist: A-L-B-R-E-C-H-T.
Officer: All right. And what's your occupation, Mr. Rosenzweig? What do you do?
Tourist: My job?
Officer: Yes.
Tourist: I am a businessman.
Officer: And when were you born? Uh, what's your birthday?
Tourist: 17 June, 1926.
Officer: June 17, 1926. And your nationality?
Tourist: Sorry?
Officer: What country do you come from?
Tourist: My country? ... Austria.
Officer: So you're an Austrian, AUSTRIAN. And what's the reason for your trip? Why did you come to the United States?
Tourist: Why? To visit my brother.
Officer: Fine. And are you going to stay with your brother?
Tourist: Stay with my brother. Yes.
Officer: All right. What's his address, please?
Tourist: Address?
Officer: Yes, your brother's address. Where does he live?
Tourist: 238 East 82nd St., New York, New York.
Officer: 238 East 82nd St. OK, that's it. Have a nice stay ... Next, please.

UNIT 3 Listen to this (page 20)

1

And this is my kid-sister, Mary, and my niece, Nancy. Nancy's five and an only child. Smart as a whip. She reads beautifully. And cute, too!

Oh, and this is the volleyball game. That's my boy, Bobby, on the right. He's seventeen now. Next year he'll be going to college. I can hardly believe it. My little boy going to college.

And this is Jack, my husband, with Linda. Linda's sixteen now—and she's very bright—straight A's at school. She wants to be a doctor and I think she'll make it. Do you remember when girls wanted to be nurses and boys wanted to be doctors? Things really have changed since I was a girl.

Oh, and then this one: that's Mom and Dad. Dad's 66 now. He just retired last year, but he's still healthy and active. He does some consulting work from time to time, but usually he's out fishing.

And this is Jennie, our younger daughter, with her cousin, Tina. Jennie's fourteen and is just starting to get interested in boys. She used to be a real tom-boy—playing baseball with the guys, climbing trees—you know. But I guess that's just a phase that all little girls go through. She seems to be growing out of it now.

2

Kid 1:	Mommy, Mommy, Teddy took my car!
Mother:	OK, Teddy, give it back …
Kid 2:	It's mine.
Kid 1:	No, it's not. It's mine. (doorbell rings)
Mother:	OK, you kids play nice now. Mommy's got to answer the door. (ring) Coming. Coming. (opens door)
Interviewer:	Good morning. I'm from the Citizen's Census Committee and I wonder if you'd mind answering a few questions. It won't take long, I promise.
Mother:	What kind of questions?
Interviewer:	Oh, just a few questions about your family—family size, husband's occupation, that sort of thing.
Mother:	Well, all right, as long as it doesn't take too long.
Interviewer:	This will only take a few minutes.
Mother:	OK. Why don't we sit down over here?.
Interviewer:	Thank you. OK. First of all then, are you married?
Mother:	Yes, I am.
Interviewer:	Would you mind telling me what your husband does?
Mother:	He works in a factory.
Interviewer:	I see. Factory worker. And could I ask you how much he earns?
Mother:	His salary? Do you have to know that?
Interviewer:	Well, it would be helpful. Just a general amount.
Mother:	About $13,500.
Interviewer:	And you're a housewife? No income?
Mother:	Mmmm.
Interviewer:	And may I ask how many children you have?
Mother:	Four.
Interviewer:	Boys? Girls?
Mother:	Three boys and a girl.
Interviewer:	Three and one. And what are their ages?
Mother:	The oldest boy is nine and the other ones are seven and six.
Interviewer:	And your daughter? How old is she?
Mother:	She's the youngest: four and a half.
Interviewer:	All right, fine. And now may I ask you about this house? Do you own it or are you renting it?
Mother:	We're renting it.
Interviewer:	And how many rooms does it have?
Mother:	All together? Six, I think, yeah, six not counting the bathroom.
Interviewer:	Well, that's that then. Thank you very much for your time.
Mother:	You're welcome.

UNIT 4 Listen to this (page 30)

1
a)
A: Ellen, honey, do you know where the TV guide is?
B: Isn't it on the television?
A: No, it's not there.
B: Well, maybe it's on the table next to the sofa.
A: Oh, yeah. I've got it. Thanks.

b)
A: Becky, where's the strawberry jam?
B: In the refrigerator, on the top shelf.

A: In the refrigerator?
B: Yeah, I always put it there after it's been opened.

c)
A: Agnes, I can't find any aspirin. Do you know where it is?
B: Isn't it in the medicine cabinet?
A: No, I just looked. It's not here.
B: Well, I think I've got some in my purse.
A: And where's that?
B: On the dresser in the bedroom.

d)
A: Excuse me, Miss Jones. Do you know where that sales report is?
B: Isn't it on your desk?
A: No, it's not there.
B: Well, then it must be back in the file. I'll get it for you.
A: No, that's OK. I'll do it. Which drawer?

e)
A: Excuse me, miss. Where are the bestsellers, please?
B: Hardbacks or paperbacks?
A: Paperbacks.
B: They're on the middle shelf to the left of the entrance.
A: Do you have any Harold Robbins books?
B: Yes, I think they're on the right-hand side.
A: Thanks very much.

2
a)
A: Pardon me. Would you know where Macy's is?
B: Macy's. Yeah, sure. It's down 21st Street on the right … at the end of the next block.
A: The end of the next block, on the right.
B: That's it.
A: Thanks a lot.

b)
A: I wonder if you could help me? I'm looking for Alfeo's Restaurant.
B: What's the name again?
A: Alfeo's. It's an Italian restaurant. It's supposed to be around here somewhere.
B: Oh, yeah. It must be that place around the corner on Elm Street. On the corner of 22nd.
A: OK. Thanks very much.

c)
A: Excuse me. Could you tell me where Cinema One is?
B: The movie theater?
A: Yeah, that's right.
B: OK, you can't miss it. It's next to the post office on the corner of Elm.
A: OK. Thank you.
B: Don't mention it.

d)
A: Sorry to bother you, but would you know where the bus station is?
B: Yeah, it's on Pine opposite the Ritz Hotel.
A: On Pine opposite the Ritz. Would you happen to know the cross street?
B: I think it's 21st.
A: Pine and 21st. OK. Thanks a million.
B: Sure thing.

e)
A: Pardon me, but I wonder if you could tell me where Grodin's is?
B: Grodin's? The men's shop?
A: Yes, that's right.
B: Uh, I think it's on Ash, just before you come to Magnin's Department Store.
A: Right or left on Ash.
B: Left.
A: Is it far?

B: From here it's about two blocks.
A: OK, thanks.
B: You're welcome.

3
a)
A: Magnin's Department Store. May I help you?
B: Yes, could you tell me when the store closes today?
A: We close at 7:00.
B: I see. And when do you open?
A: Ten o'clock on weekdays.
B: Fine. Thank you very much.
A: You're welcome.

b)
A: Roxy Theater. Can I help you?
B: Yes, could you tell me what's showing today?
A: "The Way We Were" with Barbra Streisand and Robert Redford.
B: Oh, great. And what time does the feature start?
A: At 4:45. Short subjects at 4:30.
B: OK. Thanks a lot. Oh, one more thing. When does the movie end?
A: At 6:30.
B: Right. Thank you.

c)
A: Masonic Auditorium. Can I help you?
B: Is there a concert on Friday?
A: Yeah, that's right. Jefferson Starship.
B: And how much are the seats?
A: Five and seven-fifty.
B: And what time's it start?
A: 8:15.
B: And how long's it go till?
A: Till around ten o'clock.
B: OK. Great. Thanks a lot.
A: Yeah, have a nice day.

d)
A: This is the Pan-American Club. May I help you?
B: Yes, I believe you have a luncheon meeting this coming Wednesday. Could you give me some more information about that?
A: Yes, of course. The guest speaker is Professor Miguel Lopez of Guadalajara University, and he'll be lecturing about "The Impact of the Oil Crisis on Latin America."
B: Mmm, that sounds very interesting. And when does the meeting begin?
A: Lunch will be served at 12:00, and Professor Lopez will speak at 12:45.
B: Is there an admission fee?
A: Yes. The lunch and lecture are $7.50 per person.
B: And do you have any idea when it will end?
A: Oh, I think about two o'clock at the latest.
B: Very well. Thank you very much.
A: You're quite welcome.

UNIT 5 Listen to this (page 36)

Host: Good evening, ladies and gentlemen. This is Jim Conrad welcoming you to "All or Nothing," America's number one TV game show. Our grand prize tonight is an exciting vacation for two at the beautiful Sands Hotel in sunny downtown Las Vegas. So, without further ado, let's bring on our first contestant.

How do you do sir, and welcome to our show. Could you tell me your name, please?
Guest: It's Johnson, Jack Johnson, and it's my pleasure to be here.
Host: And what do you do, Mr. Johnson?
Guest: Well, I'm an animal trainer.
Host: An animal trainer!
Guest: That's right. I work for Ringling Brothers' Circus.

Host: For the circus! Now, isn't that interesting, folks? And what sort of animals do you train?
Guest: Oh, the usual—lions, tigers—that sort of thing.
Host: Isn't that rather dangerous work?
Guest: No, not really. The animals are all pretty old.
Host: Well, speaking of age, Mr. Johnson, would you mind telling our studio audience just how old you are.
Guest: Not at all. I'm 29.
Host: And do you have a family?
Guest: Yes sir. I've got a lovely wife and two beautiful daughters. One's 8 and the other's 6. Would you like to see a picture?
Host: Well, not right now ... do you all live here in Los Angeles?
Guest: No, we live in Sarasota, Florida most of the year. But my family travels with me when I'm on tour.
Host: Fine. Well, if you're ready, Mr. Johnson, let's go to our first question. Could I have the envelope, please? ... What is the capital of Uruguay?
Guest: Is it Santiago?
Host: No, I'm sorry, Mr. Johnson, that's not right. It's Montevideo. You don't win that exciting week in Las Vegas, but we'd like you to have this handsome American Tourister Luggage as a consolation prize. Thank you for being our guest and come see us again sometime.

And now for our second contestant. Ah ha, we have a young lady this time, and a very pretty one at that. And what's your name, please?
Guest: June Knudsen.
Host: June Knudsen? That's an interesting name.
Guest: We think so. It's Swedish.
Host: Just how do you spell that?
Guest: K-N-U-D-S-E-N.
Host: I see. Well, is it Miss or Mrs. Knudsen?
Guest: Miss.
Host: Could you tell us how old you are?
Guest: I'm 19. I'll be 20 this August.
Host: And are you a student?
Guest: Part time.
Host: And what do you do when you aren't going to school?
Guest: I'm a cake decorator.
Host: How about that, folks? A cake decorator. What kind of cakes do you decorate?
Guest: You name it. Birthday cakes, wedding cakes. Anything. It's a very good business.
Host: And who do you work for?
Guest: The family business. We have a bakery —the Cake Box—in San Diego.
Host: And do you live in San Diego?
Guest: Yeah, right next door to the bakery. 1422 Oak St.
Host: Well, Miss Knudsen, are you ready for your first question?
Guest: As ready as I'll ever be.

UNIT 6 Listen to this (page 47)

1
Cathy: Hello.
Dick: Hello. Could I speak to Cathy Schaefer, please?
Cathy: Speaking.
Dick: Oh, hi, Cathy. This is Dick Carpenter. Do you remember— from Bill Stevenson's party?
Cathy: Oh, of course, Dick. How are you?
Dick: Just fine, thanks. Uh, Cathy, I was just wondering if you'd like to go to a Beethoven concert this Friday.
Cathy: Oh, I'd love to, Dick, really, but I'm afraid I can't this Friday. I have to work.
Dick: Oh, that's too bad. Well, could we make it some other time then?
Cathy: Sure, let's.
Dick: Well, are you free on Saturday night, by any chance? They're doing the same program.
Cathy: Saturday would be fine. What time does the concert start?
Dick: At eight sharp, but I thought we could have dinner first.
Cathy: Oh, that sounds very nice.

Dick: I'll pick you up at 5 30, OK?
Cathy   Fine. Do you have my address?
Dick: No.
Cathy   It's 761 Dearfield Drive.
Dick: Is that D-E-A-R-F-I-E-L-D?
Cathy   That's right. Well, I guess I'll see you on Saturday then.
Dick: Right. I'm looking forward to it.
Cathy   Me, too. Thanks so much for asking me. See you then.
Dick: OK. So long for now.

2

Wife: Well, let's see. Oh, I know. Why don't we go dancing for a change? We haven't done that for a long time.
Husband: Well, to tell the truth, I don't really feel like it tonight. I had a pretty hard day and I'm sort of tired.
Wife: Hmm. Well, in that case, we could go to the movies.
Husband: Oh, we always go to the movies. Can't we do something different?
Wife: Well, do you have any suggestions?
Husband: Let's see. How do you feel about playing bridge?
Wife: It's OK with me, but we don't have any beer and things.
Husband: Well, why don't you call Janet and ask her and Tom to come over, and I'll go to the store and buy some stuff.
Wife: OK. Hello, Janet. It's me . . . Oh, fine. Just fine. Say, Janet, I was wondering if you and Tom were doing anything tonight . . . No? Well, would you like to come by our place and play a few hands of bridge? . . . You would? Oh, that's great. . . . Well, shall we say around 8. . . . Um hmm. Yeah. That's really very nice of you, but really don't bother. . . . No, no really. We've got everything here. That's right. Just bring yourselves. Um hmm. OK, fine. Well, see you later then. Bye.

UNIT 7 Listen to this (page 54)

1

A: Excuse me. Could you tell me how to get to the laundromat from here?
B: The laundromat? Sorry, I really don't know.
A: Well, thanks anyway.
    Excuse me. Could you tell me the way to the laundromat?
C: Uh, let me think for a minute. The laundromat. Ah, yes. It's on Garfield. So, go straight down this road until you come to the bowling alley. Then turn right and walk two blocks. Then go left on Garfield. I think the laundromat's in the middle of the block. Yeah, that's right. Next to the drugstore.
A: I see. I go straight to the bowling alley, then right two blocks, and then left. And it's next to a drugstore.
C: That's it.
A: Well, thanks very much.
C: You're welcome. Have a good day.
A: You too.

2

A: Excuse me. I'm trying to find Grodin's Men's Shop. Would you know where it is?
B: Grodin's? Let me see now. This is Lincoln. So, you go down this street until you come to McDonald's. Then, turn right and go two more blocks. You'll see a bar at the end of the second block. I think it's Ben's Bar, or something like that. Anyway, Grodin's is just around the corner to the right, opposite the post office.
A: I see. I think I've got it. I go straight two blocks, turn right, go two more blocks, and then right again.
B: That's right.
A: Thank you very much.
B: You're very welcome.

3

A: Excuse me, please. I'm trying to find the Trans-World Travel Agency. Do you know where it is?
B: Yes, I think it's on Taft Street. When you go out of this hotel, you'll be on Lincoln and Garfield. Well, cross Lincoln and go straight down Garfield past the disco and the Chinese restaurant. Keep going until you come to the bus station. Then, turn right and walk one more block. That's Taft. Cross the street and turn to the left. You'll find the travel agency on the right next to the Italian restaurant.
A: Let's see if I've got that. Straight on Garfield to the bus station. Then right one block and left on Taft.
B: Yes that's correct. You can't miss it. Just look for the Italian restaurant.
A: Thank you very much.
B: You're welcome.

UNIT 8 Listen to this (page 6

1

a)

A: You want to hear my new record?
B: Yeah, sure. Who's it by?
A: Andy Gibb.
B: Andy Gibb. Oh, terrific! He's one of my favorites.
A: Yeah, mine too. I'm just crazy about him. Did you see his show on TV last week?
B: Yeah, wasn't it terrific! And the band he had was really fantastic

b)

A: Hi, what are you reading?
B: Oh, it's just an old Agatha Christie book, *Death on the Nile.* Ha you read it?
A: No, not that one, but I saw the movie. Could I borrow it when you've finished?
B: Sure. I didn't know you liked mysteries.
A: Oh, I'm crazy about them. I've read most of Agatha Christie's books. I really like the ones about Poirot.
B: So do I. Have you read any of Dorothy Sayers?
A: A little bit, but I like old Agatha better.

2

Man: You really don't like Fellini?
Woman: No, not at all.
Man: And you don't like Bergman either?
Woman: No, I think he's boring.
Man: But these are the greats of modern cinema. I mean really What about Kurosawa?
Woman: To be honest, I can't stand him.
Man: Well, what sort of movies do you like then?
Woman: I like westerns, as a matter of fact.
Man: Westerns? You're kidding. I mean you can't be serious. Western . . . they're so, so simple-minded, so idiotic, so, so . . . childish.
Woman: Well, you're obviously missing the point. You see in westerns you've got a classic conflict between the force good and the forces of evil.
Man: I can't believe it. I just can't believe I'm hearing this. You must be joking.
Woman: I'm not joking at all. I mean it.
Man: Well, what do you think of science fiction films then? I suppose they also contain your "classic conflict"?
Woman: Oh, they're all right, but I really prefer westerns.
Man: And who's your favorite actor? John Wayne?
Woman: No. Clint Eastwood.
Man: Clint Eastwood—that stone face. Why in the world do yo like him?
Woman: Because he's the strong, silent type, Ken!

UNIT 9 Listen to this (page 6

1

Host: Tonight, ladies and gentlemen, we're backstage at the Lincoln Center and our guest is Bonnie Nelson, lead dan with the New York City Ballet. Ms. Nelson, thank you very much for allowing us to be here.

on: It's my pleasure.

: Ms. Nelson opened last night in a new production of the ballet, "Swan Lake." Let me begin by asking: Is this the first time that you've danced in this particular ballet?

on: Oh, no. I've danced it many times before. The first time was when I was in high school, as a matter of fact. I was only 16 at the time. Of course, I was only in the chorus then.

: When did you begin to dance?

on: Oh, I started taking ballet lessons when I was seven years old.

: Was that in New York City?

on: No, I grew up in the Mid-West, in Omaha, Nebraska.

: In Omaha?

on: Yes, but I came to New York after I finished high school. And I studied at the International School of Dance for three years.

: So after that, you joined the New York City Ballet?

on: Oh gosh, no. That was much later.

: So what did you do after graduating?

on: Well, I went to Europe for a while. And I got a job in Amsterdam. You see, it's very difficult for a dancer to get a job here in the beginning, so I went to Holland. They've got an excellent ballet company, the Royal Dutch Ballet. And that's where I got my first professional experience.

: And how long did you stay in Holland?

on: For almost two years, from 1976 to 1978. And then I got a job offer from the San Francisco Ballet. Well, I could hardly refuse. It was a big break, and besides I was getting a little homesick.

: So you returned to the States in '78?

on: Yes, that's right.

: How did you like San Francisco?

on: Oh, I loved it. I mean, the company was terrific, and the city —well, I'm just crazy about San Francisco. It's really so lovely ... but I like New York, too. It's always so exciting, and in my profession it's the place to work.

: When did you join this company?

on: About a year and a half ago.

: And how did that happen?

on: Well, it was just one of those things. One night, when I was dancing in San Francisco, George Balanchine was in the audience—he was the director of the New York City Ballet then,—and well, after the performance, Mr. Balanchine came backstage, and he said he liked my work, and he asked me if I'd like to come to New York. Well, I was speechless. I mean, it was the chance of a lifetime: New York, the Big Apple. So, of course, I said yes.

: And when did you become lead dancer?

on: Just last February.

: Curtain, Ms. Nelson.

on: Thank you. I'll be right there ... Sorry, but I really have to go.

: Yes, of course. Perhaps one last question. Any plans for the future?

on: Well, the company's going on tour next summer: Japan, China, and the Philippines.

: Sounds wonderful.

on: Yes, I'm really looking forward to it.

: Well, the best of luck in all you do. And once again, thank you for taking the time to talk to us.

on: Thank you.

e we get into Hemingway, the writer, I want to say a few words : Hemingway, the man. In many ways, his life is as interesting as ork. And, of course, many of his books and stories were based s personal experience.

st Miller Hemingway was born in Oak Park, Illinois in the year . He was the son of a doctor. And it was his father who first luced him to the outdoor life—hunting, fishing, sports: all those s that he loved so much. When he was in high school, he played baseball and football teams, but he also began to write.

he graduated, he left home and went to Kansas City. He didn't go to college but instead got a job as a reporter on the *Kansas City Star*. Working for this newpaper, he developed his famous journalistic style: simple, direct, and objective.

When the war broke out in 1914, Hemingway wanted to become a soldier, but he was rejected because of an old eye problem. Not wanting to miss the action, he went to Europe anyway and served as an ambulance driver for the Red Cross. In 1918, shortly before the end of the war, he was wounded and had to return to the States. He didn't stay long, however. As soon as he was better, he was back in Europe, this time as a reporter for the *Toronto Star*. During the early 1920s, he lived in Paris and got to know many other American writers and artists, including Gertrude Stein and Ezra Pound.

In 1925, he published his first collection of short stories, called *In Our Time*. Most of the stories were really about his childhood. A year later, his first two novels appeared — *Torrents of Spring*, and *The Sun Also Rises*. His second novel, *The Sun Also Rises*, is still his best novel I think. This book was about that lonely, hopeless "lost generation" of Americans that he knew in Europe.

Three years later, his fourth novel, *A Farewell to Arms*, made him famous throughout the world. This love story was about an American ambulance driver and a British nurse.

During the 1930s, he continued to write short stories and also produced two books about subjects he greatly loved. *Death in the Afternoon* was about bullfighting, and *The Green Hills of Africa* was about big game hunting.

When the Second World War began, Hemingway again returned to Europe as a reporter. He was present at most of the important battles of that war and his experiences became the basis of his book, *Across the River and Into the Trees*. This book was not very successful, and many people said that Hemingway was losing his old magic.

But in 1952, he wrote a short novel which is one of his best: *The Old Man and the Sea*. The book tells the story of an old Cuban fisherman, but is really about man against nature. For this book, he won the Pulitzer Prize. And two years later, he received the Nobel Prize for Literature.

In 1961, sick and unable to live the active life he loved, Hemingway killed himself with one of his own shotguns. So ended the life of the man who has had one of the greatest influences on American literature in this century.

Well, so much for background, now let's take a look at the books themselves ...

UNIT 10   Listen to this   (page 73)

Beebe:	Could I first ask you a few questions about your background?
Thorndike-Lodge:	Yes, of course.
Beebe:	Well, it's been said that you were born in Bombay, India. Is that correct?
T-L:	Yes, that's right. You see my father was an army officer at the time and he was stationed in Bombay.
Beebe:	I see. And your mother, was she British too?
T-L:	No, she was Indian as a matter of fact.
Beebe:	Did you go to school in India?
T-L:	Well, no. My parents returned to England when I was only five, so I started school in England, in London actually. And later, after elementary school, I was sent off to Exeter, one of those typical boys' schools—you know the type.
Beebe:	Ah, yes. And how did you like it? Your education, I mean.
T-L:	Well, it was all right. Yes, looking back, I rather liked it. I didn't care much for the uniforms, mind you. And I absolutely hated my Latin class—loathed it with a passion.
Beebe:	You had to study Latin?
T-L:	Oh, yes indeed. We all did back then, you know—both Latin and Greek.
Beebe:	Just how many languages do you know?

T-L:	About six, I suppose. Let's see now. When I was a child, I learned English and also Hindi—that was my mother's language. At school in England, I studied French (in addition to Latin and Greek). And then I also learned Arabic, Maylay, and Indonesian.
Beebe:	And when did you learn those languages?
T-L:	Well, that's a long story. In 1945, when I was 18, I joined the army and in 1946 I was shipped off to Egypt. When I was discharged from the army four years later, I decided to stay on. I lived there for another three years as it turned out—mostly in Cairo and Alexandria. And during that time I learned Arabic.
Beebe:	And Maylay? Indonesian?
T-L:	Well, after seven years in Europe, I decided to do some traveling. So I toured around the Middle East—Lebanon, Turkey, Iraq, Iran—and then I just kept going east—to Pakistan, India, Afghanistan, Burma, Thailand, and finally Malaysia. And then I moved to Indonesia, which I fell in love with, and that's my home to this day.
Beebe:	And when was that exactly—your move to Indonesia?
T-L:	That was in the year 1956, uh, no—'55.
Beebe:	What did you do all the time you were traveling? I mean how did you support yourself?
T-L:	Well, while I was in Egypt (after the army) I got a job with an English newspaper, so I had some experience writing and when I started traveling, I just continued to write— you know, travel articles and that sort of thing. And that was the beginning of it all. I've been writing travel pieces for magazines and, of course, my guide books ever since.
Beebe:	How many books have you, in fact, written?
T-L:	Oh, about fourteen all together.
Beebe:	And you have a new book out now called *The Asian Express*. Could you tell us a bit about that?
T-L:	Yes, of course, I'd be happy to. It's all about traveling through Asia by train. You see, two years ago, I began this absolutely wonderful trip from Istanbul to Tokyo— and all by train.
Beebe:	That sounds a little uncomfortable.
T-L:	Well, sometimes it was. But, in general, I loved it. It's truly a marvelous way to see the various countries and to get to know the people—much better than the airplanes, you know. You never really see anything that way. So I recommend it highly.
Beebe:	I see. Well, thank you ever so much, Mr Thorndike-Lodge. It's been very interesting. And good luck on your future travels.
T-L:	The pleasure was all mine.

UNIT 11 Listen to this   (page 81)

1

Waiter:	Would you care to order now, sir?
Man:	Yes, I think we're ready. Janet?
Woman:	Yes. I'll have the baked salmon.
Waiter:	Very good. And what kind of potatoes would you like with that?
Woman:	Boiled, please.
Waiter:	Vegetable?
Woman:	Broccoli ... Oh, no. Sorry. I think I'd rather have asparagus.
Waiter:	The asparagus. Yes, ma'am. Soup or salad?
Woman:	Salad.
Waiter:	And what kind of dressing would you like on that: Russian, blue cheese, or French?
Woman:	I'll take the blue cheese.
Waiter:	And what would you like to drink?
Woman:	Coffee, but I'll have that later.
Waiter:	Very good, ma'am. And you, sir?
Man:	I'd like the veal cutlet.
Waiter:	I'm sorry, sir, but we're all out of the veal cutlet.
Man:	Oh, I see. Well, bring me the steak then.
Waiter:	Yes, sir. And how would you like that?

Man:	Medium rare.
Waiter:	Fine, sir. Soup or salad?
Man:	What kind of soup is it?
Waiter:	Today's soup is French onion.
Man:	That sounds nice. I'll have the soup.
Waiter:	Mashed, boiled, or baked potato?
Man:	Baked.
Waiter:	Vegetable?
Man:	I'll have the broccoli.
Waiter:	Very good, sir. And what will you have to drink?
Man:	Nothing right now, thank you.

2

Husband:	I'm going to the bank. Do you want me to stop at the supermarket on my way back?
Wife:	Good idea.
Husband:	What do we need?
Wife:	Let me check the refrigerator. Hmm, we haven't got any bread for one thing.
Husband:	So we need a loaf of bread.
Wife:	Yeah, but get whole wheat bread. I don't like that thin white stuff.
Husband:	OK. What about butter?
Wife:	No, we've got enough.
Husband:	Vegetables?
Wife:	Well, we've got plenty of potatoes and cucumbers, but don't have any tomatoes.
Husband:	Tomatoes. Anything else? Cabbage, lettuce?
Wife:	You'd better get some lettuce, too. We only have half a head.
Husband:	What about fruit?
Wife:	We've got some oranges, but we don't have any apples. You'd better put them down, too.
Husband:	Do we need any eggs?
Wife:	Yeah, we've only got a couple left. You'd better get a dozen.
Husband:	Milk?
Wife:	No, we've got half a gallon. That should be enough.
Husband:	What are we having for dinner?
Wife:	Hmm. I hadn't thought about that. How about pork chops for a change? We haven't had them for a while.
Husband:	That sounds good. How many should I buy?
Wife:	Four should be enough.
Husband:	OK. Is that it?
Wife:	I think so.

3
a)

P.O. Clerk:	Over here, please.
Customer:	I'd like six 20 cent stamps, five aerograms, and four post cards, please.
Clerk:	Six 20s, five aerograms, and four post cards. That'll be $3.32 all together ... Out of four. Here's your change, ma'am.
Customer:	Thanks very much.

b)

Child:	Mom, have we got any cookies?
Mother:	Cookies? You just ate an hour ago.
Child:	I know, but I'm hungry.
Mother:	Well, why don't you have some fruit instead?
Child:	Aw, Mom. I don't want fruit. Aren't there any chocolate chips?

c)

Operator:	Long distance. May I help you?
Caller:	Yes, I want to make a person to person call to Denver, please.
Operator:	What is the name of the party, please?
Caller:	Robert Ritchie.
Operator:	How do you spell that?
Caller:	It's R-I-T-C-H-I-E.
Operator:	And what is the number?
Caller:	It's 736-4859, but I don't have the area code.
Operator:	Just a minute, please.

Honey, could you help me here a minute?
band: Sure, sweetie. What are you doing?
: I want to put this curtain up.
band: OK. Why don't you just hold the ladder, and I'll put it up.
: Thanks, dear.

e Clerk: Yes, ma'am. Can I help you?
omer: Yes, I'd like to exchange this sweater.
k: What seems to be the matter?
omer: Well, you see, I got this as a birthday present, but it's
      the wrong size, and, what's more, I really don't like the
      color.
k: Do you have the receipt?
omer: Yes.
k: Could I see it, please?

NIT 12 Listen to this   (page 88)

versation 1
Good morning Mrs. Campbell. How's everything?
Not bad, thanks.
And how's Mr. Campbell?
Well, as a matter of fact, he's just entered the hospital for an
peration.

versation 2
i, Penny. How're things?
ine, just fine.
oing anything for lunch?
Well, as a matter of fact, I've got a lunch date with Bob Thomas.

versation 3
Did you hear about Terry?
lo, what happened?
He's really upset. He didn't get accepted to any of the colleges he
eally wanted to go to.
Why not? His grades were so good.
think his applications were received too late for the fall
emester.

ersation 4
nd how are your parents, Sue?
h, fine.
nd what about you? Has everything been going well at school?

again and check your answers.

art 1

ersation 1
ave you heard about Paul?
o, what?
e's gotten a promotion.
ou're kidding.
ope. They made him Vice-President in charge of sales.
, I don't believe it. He's only been with the company two years.
ell, it's true. The board met last Friday, and they chose Paul.
ell, good for him!

ersation 2
ay, have you heard about Jennie?
o, what happened?
he's had her baby.
, that's wonderful! When?
couple of weeks ago.
as it a boy or a girl?
girl.
, that's great. That's what she wanted, isn't it? What are they
oing to call her?
hristine, I think.

Conversation 3
A: By the way, have you heard about old Mr. Brewster?
B: No, why?
A: Well, he's had an accident—fell down the stairs and broke his
   leg.
B: Oh, goodness, that's awful.
A: Yes, but the doctor says he'll be all right.
B: Well, thank heaven for that. When did it happen?
A: The day before yesterday.
B: So, he's still in the hospital?
A: Yes, St. Mary's.
B: Well, I'll send him some fruit.
A: That's a good idea. He'll like that.

Conversation 4
A: Have you heard about Al and Cindy?
B: No. Have they had another fight?
A: Nooo. They've gotten engaged.
B: You must be joking. Those two?
A: Well, my dear, I didn't believe it either, but I got it straight from
   the horse's mouth. Cindy called me this morning.
B: So when did this all happen?
A: Last weekend while they were on their ski trip.
B: Well, I'll be. And when are they getting married?
A: Next June.
B: I can hardly believe it!

Conversation 5
A: Have you heard about Ron Baxter?
B: No. What about him?
A: He passed away last Thursday.
B: Oh, that's terrible! What did he die of?
A: Cancer.
B: Cancer! I didn't even know he was sick.
A: Oh, yes, he was in the hospital for some time.
B: How old was he?
A: Forty-five.
B: I'm so sorry.

UNIT 13 Listen to this   (page 98)

1
Policeman: You say he was around average height.
Victim: Yes, that's right. Around five nine, five ten.
Policeman: Weight?
Victim: I'm not sure. Medium, I suppose. Maybe a little on the
        heavy side.
Policeman: Any marks on his face?
Victim: No. I don't think so.
Policeman: Glasses?
Victim: No.
Policeman: What about his hair?
Victim: Black or dark brown.
Policeman: Long or short? Straight? Curly?
Victim: Straight, I think, and about average length.
Policeman: Boy, this sure doesn't help us very much. It could be
        anybody. How about his clothes. What was he wearing?
Victim: Well, he had a checked or a plaid shirt—you know, the
        kind that lumberjacks wear.
Policeman: OK, now we're getting somewhere. Pants?
Victim: Dark, maybe dark blue, maybe black. I'm not sure.
Policeman: What kind of shoes?
Victim: Boots.
Policeman: Cowboy boots?
Victim: No, hiking boots—brown ones.
Policeman: All right, that narrows it down a little. Now I want you to
        look at some pictures.

2
A: Excuse me please, I seem to have lost my scarf.
B: Oh, I see. Well, I'll have to fill out this lost and found report for
   you. It was a scarf, you say?

A: That's right.
B: What sort of scarf, ma'am?
A: Well, it was a square silk scarf. Red with a black design on it.
B: I see. About how big?
A: Mm, I guess it was about two feet square.
B: Two feet square. And what would it be worth?
A: Well, it was quite an expensive scarf. I'd say it was worth about thirty dollars.
B: And where did you leave it?
A: I'm pretty sure I left it in the coffee shop on the 5th floor.
B: And when was that?
A: About 1:30 I think.
B: Where did you go when you left the coffee shop?
A: To the shoe department, and then I came here.
B: I'm sure it will turn up. Now could you give me your name?
A: Thomas, Mrs. Edna Thomas.
B: And your address, Mrs. Thomas?
A: 20 King Street, apartment 5B.
B: And your telephone number, please?
A: 893-2124.

UNIT 14 Listen to this   (page 104)

1

A: Hi, Sally. Welcome back. How was the West Coast?
B: Terrific. I had a wonderful time. It was really nice to get away from the city for a while.
A: What did you think of L.A.?
B: It was all right. I liked it better than I thought I would. It's very clean and spacious, and it's got lots of trees. The problem is transportation. The bus service is terrible, and, of course, they don't have a subway, so it's a little difficult to get around. We had to rent a car.
A: And what did you see?
B: Oh, the usual things. We took a drive around Hollywood and looked at the stars' homes, and then we went to Universal Studios and Disneyland.
A: How did you like Disneyland?
B: It was great! We really enjoyed it. We took all the rides, some of them twice, and had lots of fun. I felt just like a kid again.
A: Was the weather good?
B: Oh, yeah. It was nice and warm in L.A. and cool but comfortable in San Francisco.
A: Cool in San Francisco? That's surprising.
B: Yeah, it surprised us a bit, too. We didn't take any sweaters or anything. But they say it's always like that in August. Anyway, I just loved it. It's probably the most beautiful town in the U.S.—all those hills, and the bay, and those charming old Victorian houses.
A: So, you liked it better than L.A.?
B: Oh, yes. There's much more to see and do. And because it's smaller than L.A., it's a lot easier to get around. There are lots of buses and streetcars, and of course, the cable cars.
A: What did you like best?
B: Oh, I don't know. It's hard to say. I liked Golden Gate Park and Fishermen's Wharf. But, I guess, most of all, I liked the cable car ride—that was the most fun.

2

This beach used to be a lot less crowded then. In those days, you could walk along here and not bump into people every couple of feet. I remember, I used to sit here all alone and watch the sun go down. It was very quiet, very peaceful—no transistor radios playing rock music, no traffic noise. All you could hear were the waves coming into shore. It used to be a lot cleaner too. You didn't see any cans or bottles or junk like that—just some pieces of wood from the ocean.

The town was different too. Of course, it was a lot smaller then. There were some shops, and a few banks, and a movie theater, and that's about all. You didn't have all these fancy hotels and stores back then. And no apartment buildings, either. Most people lived in small wooden houses, painted all white and pretty.

All that changed after the war. Soldiers who were based here came back and settled down. They started to raise their families and the population grew. And then the tourists started coming—more and more every year. That's when they began to build all those hotels here—each one bigger than the next. All of them like monsters looking out to sea and waiting for the next planeload of tourists.

Of course, tourist money meant more jobs, but it also meant more roads, more cars, more pollution, and higher prices. Have you been to the supermarket? Have you checked out the prices? Did you know that we have the highest food prices in the U.S.? And we've also got the highest housing costs. Have you looked in the newspaper? It's unbelievable. An average person just can't buy a house here any more. You have to be a millionaire. And they call this progress. Well, you can have it. I'll take the good old days.

UNIT 15 Listen to this   (page 11

Conversation 1

A: Oh, hi, Joanne. When did you get back from Canada?
B: Just last week.
A: How was it?
B: Oh, I loved it. I only visited Montreal and Ottawa, you know. But had a great time.
A: Well tell me, what are they like?
B: Oh, they are both lovely cities, but I especially loved the downtown part of Montreal.
A: Montreal's good for shopping, isn't it?
B: Oh yes, much better than Ottawa, really. There are some fabulous shops and it's got some really great restaurants too.
A: And Ottawa?
B: Well, Ottawa's a nice place, cleaner and quieter than Montreal. It's a lovely place for sightseeing. There are all sorts of museum and galleries, but for excitement you need to go to a big city like Montreal.

Conversation 2

A: I'm going to Hong Kong and Singapore next month.
B: Oh, really? How nice! I was there last year and I really enjoyed
A: And what about Singapore?
B: Well it's smaller, and much less crowded, and much cleaner too. It's also got some good shops, but you can't compare them with Hong Kong's.
A: What's sightseeing like in Singapore?
B: I enjoyed it. There are boat trips to nearby islands, and the market tours were fascinating. As a matter of fact I found it more interesting than Hong Kong.

Conversation 3

A: How did you like Egypt?
B: Oh, it was fantastic. It's one of the most interesting places I've ever seen.
A: Where did you go?
B: Well, we spent most of the time in Cairo and Luxor.
A: What's there to see in Cairo?
B: Well, not all that much, in fact, but there is the museum, and the pyramids of Giza and that's really something.
A: What's the city like?
B: It's very large, very spread out, and the streets are always noisy and dirty.
A: I thought you liked it.
B: Well, I did in a way. It's very different, but I liked Luxor better. Luxor's a little town right on the banks of the Nile. It's very quiet and peaceful and a good deal cleaner than Cairo. And I actually did more sightseeing there. The temple of Karnak is close by, and on the opposite side of the river is the Valley of the Kings. That's where all the Egyptian pharaohs are buried.
A: Did you buy anything?
B: Oh sure. There are some marvelous shops in Luxor, with all sort of interesting things, much better than Cairo, in fact. I bought a gold necklace. Want to see it?
A: Sure.

PERSON TO PERSON
(TẬP1)

* *Dịch và chú giải:*

BÙI QUANG ĐÔNG

Giáo viên chuyên ngữ tiếng Anh

Trường: - Đào tạo tại chức TP. Hồ Chí Minh
- Cao đẳng Sư phạm TP. Hồ Chí Minh
- Lê Hồng Phong
- Trung tâm Nghiên cứu Dịch thuật;
- SPNN2

NHÀ XUẤT BẢN TRẺ   1992

LỜI NÓI ĐẦU

Do chính sách đổi mới của Nhà nước, phong trào học tiếng Anh ở đất nước ta, vốn đã được quan tâm từ lâu nay lại có dịp dấy lên rầm rộ. Lượng khách nước ngoài đến thăm Việt Nam nói chung, và thành phố Hồ Chí Minh nói riêng ngày một tăng thêm gấp bội. Nhân dân ta vốn hiếu khách nhưng khuyết điểm của ta là sử dụng quá nhiều câu cầu kỳ, khách sáo khiến cho khách nước ngoài hơi e ngại khi giao tế và làm cho bầu không khí khó được cởi mở. Nhận thấy quyển sách hội thoại tiếng Anh "PERSON TO PERSON" (2 quyển) do 2 tác giả JACK C. RICHARDS và DAVID BYCINA biên soạn gồm các mẫu đối thoại sử dụng lối văn nói tự nhiên, giản dị và thân mật. Theo lời các đồng nghiệp người nước ngoài đã và đang giảng dạy chung với tôi trong nhiều khóa như chị *Helene D. McBurney* (Úc), *Anna Harvey* (Tân Tây Lan) và Anh *Walter A. Routhy*, the 3 rd (Mỹ) thì đây là lối văn nói đang được sử dụng rất phổ biến nơi chính quốc và các nước nói tiếng Anh. Vì thế, tôi mạnh dạn soạn bổ sung phần dịch Việt ngữ và chú giải từ vựng để giúp học viên có điều kiện tra cứu khi học sách này. Mỗi bài trong sách gồm 3 phần rõ rệt.

Phần 1: (Main text): Gồm một bài đối thoại chính đề cập đến mọi sinh hoạt trong đời thường tại Anh, Mỹ và các nước khác trên thế giới.

Phần 2: (Give it a try): Gồm việc hướng dẫn thực hành các mẫu câu thông dụng rút ra từ bài đối thoại chính để học viên tập luyện nói cho nhuần nhuyễn.

Phần 3: Là mục luyện nghe (Listening comprehension) theo băng cassette đi kèm, gồm các mẫu đối thoại với mọi chủ đề để giúp học viên làm quen với giọng của người chính quốc và lập lại nhiều lần cho đến khi thật chuẩn xác, sau đó thì thực hiện lời giải đáp các câu hỏi ghi trong sách về nội dung các mẫu đối thoại đã nghe trong băng. Tôi chỉ dịch phần I và III sang tiếng Việt, còn phần hướng dẫn thực hành cấu trúc thì chỉ chú giải các từ khó, kèm theo ký hiệu phiên âm quốc tế theo phương pháp mới nhất (92) của trường Đại học Oxford và triển khai các từ đó thành câu để giúp các bạn ứng dụng thuần thục các câu đã học. Tôi chân thành khuyên các bạn học viên chỉ nên xem phần dịch và chú giải từ vựng làm bước chuẩn bị trước và sau giờ học mà thôi vì như thế các bạn sẽ tập cho mình không có tính ỷ lại, tập động não và tôn trọng lời giảng của thầy cô đứng lớp, qua đó, việc học tập của các bạn sẽ chóng tiến bộ hơn.

Trong phần phụ lục cuối sách tôi có soạn thêm tên các quốc gia trên thế giới, ngôn ngữ và dân tộc cùng thủ đô của từng nước để các bạn tiện dịp tham khảo khi cần.

Sau hết, người dịch và chú giải cùng Nhà xuất bản xin chân thành đón nhận mọi ý kiến phê bình, đóng góp xây dựng của các thầy cô, đồng nghiệp, độc giả và học viên để lần tái bản sau sách được hoàn bị hơn.

BQD

BÀI 1

Thú vị được gặp bạn!

Jim:	Bữa tiệc tuyệt quá, phải không nào?
Bev:	Quả đúng vậy.
Jim:	À này, tên mình là Jim Harris đấy.
Bev:	Thú vị được gặp bạn. Mình là Bev Marshall.
Jim:	Xin lỗi! Nói lại xem tên bạn là gì nào?
Bev:	Beverly, nhưng cứ gọi mình là Bev nhé.
Jim:	Bồ làm nghề gì vậy Bev? (*)
Bev:	À, mình là sinh viên tốt nghiệp tại trường Đại Học Columbia.
Jim:	Ồ, vậy hả? Bồ học môn gì thế?
Bev:	Môn kinh doanh. Vậy còn bồ thì sao?
Jim:	Mình làm việc cho Ngân hàng Thành phố, ở Ban giao dịch quốc tế ấy.
Bev:	Cha! Nghe hấp dẫn đấy nhỉ.
Jim:	Không tệ lắm đâu.

❑ VOCABULARY (Main Text) (And Word Enrichment)

Great /greit/ (adj) = éxcellent, márvellous: tuyệt diệu.

Really /'riəli/ (adv) = truly, no doubt: thật vậy.

By the way = incidéntally = à này! nhân tiện (văn nói)

Ex: *By the way*, say hello to your wife for me!
Nhân tiện, cho tôi gởi lời thăm bà xã anh nhé!

Graduate /'grædjuət/ (n) = sinh viên tốt nghiệp.
(adj) = tốt nghiệp.
Còn gọi "Grad student".

To graduate = to obtain a degree from a university = tốt nghiệp.

Ex: He graduated from Oxford University in law
(Anh ta tốt nghiệp khoa luật tại Đại học Oxford).

(Chú thích của người dịch)

(*) Ở Mỹ có thói quen gọi tắt tên tục của nhau khi quá thân, nhất là giới trẻ. Nếu mới sơ giao hoặc tiếp chuyện với người lớn tuổi, ta chỉ gọi họ của họ mà thôi trừ khi họ cho phép.

Ví dụ: Bev → Beverly   Tom → Thomas
Dick → Richard   Bob → Robert
Sue → Susan   Bill → William
Ted → Theodore...

graduátion (n) = việc, lễ tốt nghiệp.

Business /'biz nis/ (n) 1. công việc kinh doanh, môn kinh doanh, công việc. 2 hãng buôn, cơ sở kinh doanh.

Ex: - Business is business (Proverb):
Quân pháp bất vị thân (công việc là công việc).
- It's none of your business!
(Đó không phải là việc của anh!)
- He is the owner of two different businesses.
(Ông ta làm chủ 2 cơ sở kinh doanh).

What about = how about: được dùng để hỏi tin tức, đề nghị hoặc xin ý kiến của người khác về việc gì: thế còn, thế nào.

Bank /bæŋk/ (n) = ngân hàng /Banking (n) = nghiệp vụ ngân hàng.

International /intə'næʃənəl/ (adj) = thuộc về quốc tế.

Section /'sekʃn/ (n) = ban (làm việc).

To sound /saund/ = nghe có vẻ.

Interesting /'intrəstiŋ/ (adj) = lý thú, hấp dẫn.

❏ FURTHER VOCABULARY

To introduce /intrə'dju:s/ =

Ex: Allow me to introduce my wife.
Cho phép tôi được giới thiệu bà xã tôi.

Introduction /intrə'dʌkʃn/ (n) = sự giới thiệu, lời tựa (sách), sự du nhập (hàng hóa).

Ex: - Maradona is the footballer who needs no *introduction*.
Maradona là vận động viên bóng đá không cần phải giới thiệu
(= nổi tiếng nên ai cũng biết)
- The rabbit is a relatively recent *introduction* in Australia.
Giống thỏ là giống vật tương đối mới du nhập vào nước Úc.
- The lecturer is making an *introduction* to Lambada.
Diễn giả đang mở lời giới thiệu về loại nhạc Lambada.

Introductry /intrə'dʌktəri/ (adj) = mở đầu, dẫn nhập.

Ex: The use of this dictionary is presented carefully in the introductory chapter.
Cách sử dụng quyển tự điển này được trình bày cặn kẽ trong chương mở đầu.

Occupation /'ɒkju'peiʃn/ (n) = job, cáreer

proféssion nghề nghiệp.

Ex: Please state your name, age and occupation.
(xin ghi rõ tên, tuổi và nghề nghiệp của bạn).

Grad student (n) = graduate student = sinh viên tốt nghiệp.

Steel company /sti:l'kʌmpəni/ (n) = công ty đúc thép.

Information /infə'meiʃn/ (n) = thông tin, tin tức.

Ex: For further information please write to...
(Để biết thêm thông tin, xin hãy biên thư về...)

To inform /in'fɔ:m/ somebody of / about something = thông báo cho ai về việc gì.

Ex: They already informed the police about their lost child.
Họ đã thông báo cho cảnh sát biết về đứa con bị lạc của họ.

Biology /bai'ɒlədʒi/ (n) = môn sinh vật học.

Law /lɔ:/ (n) = môn, ngành luật // lawyer /'lɔ:jə/ luật sư.

Lawful (adj) = hợp pháp ≠ lawless = ngoài vòng pháp luật.

Exactly /ig'zæktli/ (adv) = corréctly = đúng, chính xác.

Secretary /'sekrəteri/ (n) = thư ký, bí thư.

Sales /seilz/ (n) = thương mại, buôn bán.

Personnel /pɜːsə'nel/ = (phòng) nhân viên, tổ chức.

Public Relations /'pʌblik ri'leiʃnz/ = (phòng) giao tế nhân sự.

Relátion (n) = sự quan hệ, thân nhân = rélative.

Relationship (n) = mối quan hệ.

Ex: She's a close relation of mine = cô ta là bà con họ gần với tôi.

Self-employed /self im'plɔid/ = (tự thuê) làm chủ, làm nghề tự do.

To employ /im'plɔi/ = tuyển dụng, thuê.

Emplóyer (n) = chủ nhân, cơ quan tuyển dụng; employée (nhân viên)

Emplóyment (n) = sự tuyển dụng công việc làm.

Appropriate /ə'prəuprieit/ (adj) = thích hợp, thích đáng.

Ex: Sports clothes are not appropriate for a conference.

(Quần áo thể thao không thích hợp (để mặc) trong 1 cuộc hội nghị.

Opening /'əupəniŋ/ (n) = câu mở đầu, lỗ hổng.

Situation /sitʃu'eiʃn/ (n) = tình huống, tình trạng, hoàn cảnh.

Situátional (adj) = theo tình huống, hoàn cảnh.

Ex: That credit coóperative is in a very poor financial situation.

(Hợp tác xã tín dụng đó đã lâm vào tình trạng thiếu hụt về tài chính.

Repetition /repi'tiʃn/ (n) = sự lập lại, sự tái diễn.

to repeat /ri'piːt/ = lập lại.

Picnic /'piknik/ (n) = cuộc đi chơi tập thể ở ngoài trời.

To be no picnic = trong tình trạng khó khăn, rắc rối.

Ex: Bring up a family when one is unemployed is no *picnic*.

(Phải nuôi gia đình trong lúc đang thất nghiệp thì rắc rối thật).

Terrific /tə'rifik/ (adj) = 'excellent, 'wonderful = tuyệt vời, hết sẩy

lovely /'lʌvli/ (adj) = attráctive, pléasant = hấp dẫn, thú vị.

* Everything in the garden is lovely (câu ngạn ngữ Anh): mọi việc đều xuôi chèo mát mái cả.

Wedding /'wediŋ/ (n) = đám cưới. /wedding ring = nhẫn cưới.

Bride /braid/ (n) = cô dâu.

Bridal /'braidl/ (adj) = thuộc cô dâu, thuộc về cưới xin.

Ex: The bridal party = bữa tiệc cô dâu đãi riêng dâu phụ và bạn bè thân.

Groom /gruːm/ (n) = bridegroom = chú rể.

Attendant /ə'tendənt/ (n) = dâu, rể phụ.

Modern theater /'mɒdn'θiətə/ (n) = kịch hiện đại.

Formally /'fɔːməli/ (adv) = 1 cách nghi thức, 1 cách trịnh trọng.

Formal /'fɔːml/ (adj) theo nghi thức.

Informal /in'fɔːml/ (adj) = thân mật, không cầu kỳ.

Formality /fɔː'mæləti/ (n) = thủ tục.

Ex: To comply with all the necessary formalities

Tuân theo mọi thủ tục cần thiết.

To formalize /'fɔːməlaiʒ/ = làm cho trịnh trọng.

Ex: Any international conference is formalized.

Bất kỳ một hội nghị quốc tế nào cũng được tổ chức trang trọng.

glad /glæd/ (adj) = vui mừng.

gladness (n) = sự vui mừng / to gladden = làm nức lòng.

Ex: The news gladdened everybody = tin đó đã làm nức lòng mọi người.

guest /gest/ (n) = khách được mời, thực

khách.

Uninvited guest = khách không được mời

Guest of honour = khách danh dự

outline /'autlain/ (n) = toát yếu, phác thảo, nét đại cương, đường viền, dáng vẻ, bóng hình.

Ex: - He showed me the outline of the short story he's going to write.

Anh ta đã đưa tôi xem phác thảo về truyện ngắn mà anh ta sắp viết

- In the dim light I could see only the outline of the thief.

Trong ánh sáng lờ mờ, tôi chỉ có thể trông thấy bóng hình tên trộm mà thôi.

Ghi chú: Nếu một từ mang nhiều nghĩa thì nghĩa đầu tiên bao giờ cũng là nghĩa dùng trong bài.

BÀI 2

> ## *Chúng ta sẽ phải điền vào một vài mẫu đơn đấy.*

Viên chức: Thưa ông cần gì ạ?

Ô. Pain: Vâng, tôi muốn mở một số (tài khoản) tiết kiệm.

Viên chức: Thưa ông tất nhiên là được ạ. Chúng ta sẽ phải điền vào một vài mẫu đơn đấy. Xin ông vui lòng cho biết tên được không ạ?

Ô. Paine: (Đó là) Paine. John Paine.

Viên chức: Ông đánh vần họ của ông ra sao hả ông Paine?

Ô. Paine: (Đó là) P-A-I-N-E.

Viên chức: Và ông ở đâu ạ?

Ô. Paine: Số 2418 Đường Greystone (Đá xám).

Viên chức: Đường đó ở Chicago phải không ạ?

Ô. Paine: Vâng, đúng vậy.

Viên chức: Còn mã số bưu điện của ông ạ?

Ô. Paine: 60602.

Viên chức: Điện thoại của ông mang số mấy hả ông Paine?

Ô. Paine: 364-9758.

Viên chức: 364-9758. Thế còn nghề nghiệp của ông ạ?

Ô. Paine: Tôi làm nhân viên đi chào hàng.

Viên chức: Thế đấy. Thế tên cơ quan ông là gì vậy?

Ô. Paine: Tôi làm việc cho (Công ty) IBM.

Viên chức: Được rồi ạ. Xin ông vui lòng đợi trong giây lát ạ.

* xin đọc là: hai mươi bốn-mười tám hoặc hai-bốn một-tám.

* xin đọc là: sáu-không-sáu-không-hai.

* xin đọc là: Ba-sáu-bốn-chín-bảy-năm-tám.

4

Bài dịch (Phần Practice- Mục 6. calling Information).

Tổng Đài viên:
> Văn phòng hướng dẫn điện thoại. (Bà cần gọi đi) thành phố nào ạ?

Người gọi: Chicago. Làm ơn cho tôi số điện thoại của Ông John Paine đi nào.

T.Đ.V: Thưa bà vâng ạ. Bà đánh vần họ của ông ấy như thế nào ạ?

N.G: (Đó là) P-A-I-N-E.

T.Đ.V: Cảm ơn Bà. Và xin bà vui lòng cho biết địa chỉ của ông ấy ạ?

N.G: Số 2418 Đường Greystone.

T.Đ.V: Số đó là 364-9758 ạ.

N.G: 364-9758. Cám ơn ông nhiều lắm.

T.Đ.V: Dạ không có chi. Chúc bà một ngày tốt lành ạ.

❏ VOCABULARY (with word enrichment)

To fill out = điền vào cho hoàn tất.

To fill in = điền vào.

To fill up = đổ, làm cho đầy.

Ex: The attendant is *filling up* my car tank with petrol.
Người nhân viên phục vụ đang bơm đầy xăng vào bình xe tôi.

Form /fɔːm/ (n) = Mẫu đơn; hình dạng, dạng, hình thức.

Ex: - Each applicant is given an application *form* to fill in (=to complete).
(Mỗi người xin việc được phát một mẫu đơn xin việc để điền vào.)
- Ice and snow are *forms* of water.
(Băng và tuyết là các dạng của nước.)
- The child was nervous when he saw his own shadow in the *form* of a giant on the wall.
(Đứa bé hoảng sợ khi nó trông thấy bóng của nó mang hình dáng một người khổng lồ ở trên tường).
- "spoke" is the past *form* of the verb "to speak".
"spoke" Là hình thức quá khứ của động từ "to speak".

Formal /'fɔːməl/ (adj) = theo nghi thức informal (thường dùng).

Ex: - Formal expressions are often used in international conferences.
(Các câu nói nghi thức thường được xử dụng trong các hội nghị quốc tế.)

Formality /fɔː'mæliti/ (n) = nghi thức, thể lệ.

EX: - There is too much formality in a religious ceremony.
(Có quá nhiều nghi thức trong một buổi lễ tôn giáo.)
- What formalities should I comply with in sending a parcel abroad?
(Tôi phải tuân theo thể lệ nào để gởi một bưu kiện ra nước ngoài?).

Savings account /seiviŋz ə'kaunt/ (n) tài khoản, sổ tiết kiệm. To save = để dành.

Ex: They are saving money to buy a house.
Họ đang dành dụm tiền để mua 1 căn nhà.

Savings (n) = tiền dành dụm, tiền nhàn rỗi.

Account (n) = tài khoản, sự quyết toán, sổ kế toán.

Account holder = chủ tài khoản.

Accountant /ə'kauntənt/ (n) = kế toán viên.

Senior accountant /'sinjə/ = Kế toán trưởng.

Accounting /ə'kauntiŋ/ (n) = công việc kế toán, việc hạch toán.

To spell = đánh vần.

5

Spelling (n) = Sự đánh vần.

Road /rəud/ (n) = đường liên tỉnh.

Street /stri:t/ (n) = đường trong thành phố.

Zip code /kəud/ = mã số bưu điện.

Occupation /ɒkju'peiʃn/ (n) = profession, career = nghề nghiệp.

Emplóyer /ɪm'plɔiə/ (n) = Chủ nhân.

Employee /emplɔií:/ (n) = nhân viên.

Emplóyment (n) = sự tuyển dụng.

Emplóyment Agency (n) = Sở tìm việc.

To emplóy = Tuyển dụng; xử dụng.

> **EX:** - He's *employed* in a bank.
>
> Anh ta được tuyển dụng vào làm trong một ngân hàng.
>
> - How do you *employ* your spare time?
>
> Anh xử dụng thời giờ nhàn rỗi của mình như thế nào?

❏ FURTHER VOCABULARY:

Role play /rəulplei/ = đóng kịch.

Partner /'pa:tnə/ (n) = người tham dự chung, người cùng phe, người chung phần hùn.

> **Ex:** - This *enterprise* is owned by two *partners*.
>
> Xí nghiệp này do hai người chung phần hùn làm chủ.
>
> - When the music stopped, everyone changed *partners*.
>
> Khi nhạc dứt, mọi người đều đổi bạn khiêu vũ.
>
> - They were *partners* in the football game.
>
> Họ là những cầu thủ cùng một đội bóng.

Address /ə'dres/ (n) = Địa chỉ.

To confirm /kən'fə:m/ = xác nhận.

Clerk /klə:k/ (n) = Thư ký.

Customer /k'ʌstəmə/ (n) = client /klaiənt/ = Khách hàng. List (n) = danh sách.

Branch /bræntʃ/ (n) = Chi nhánh.

Head office = văn phòng chính.

Apt. = apartment /əp'a:tmənt/ (Mỹ) = flat (Anh) = Căn hộ.

County /káunti/ (n) = quận (Mỹ), hạt (Anh).

Personal /'pə:sənl/ (adj) = private = riêng tư cá nhân.

> **EX:** - A gentleman never opens personal mail.
>
> Một người lịch sự không bao giờ

mở (xem) thư riêng.

> - He made a personal éffort to settle the dispúte.
>
> Ông ta vận dụng nỗ lực riêng mình để dàn xếp cuộc tranh chấp

Personal appearance /ə'piərəns/ (n) = ngoại hình.

> **EX:** A tourist guide must have a good personal appearance.
>
> Một hướng dẫn viên du lịch cần phải có một ngoại hình tốt.

Polite /pə'l ait/ (adj) = lễ độ, lễ phép ≠ impolíte (vô phép).

Politeness (n) = Sự lễ độ // polítely (adv. = cách lễ phép.

Visa section (n) = Ban cấp thị thực, chiếu khán.

Entry Visa /éntri vizé/ (n) = Chiếu khán nhập cảnh.

Exit Visa /égzit/ (n) = thị thực xuất cảnh

Embassy /'embəsi/ = Tòa Đại sứ, sứ quán.

Ambassador /æm'bæsədə/ (n) = Ông đại sứ

Ambássadress (n) = Bà Đại sứ.

Foreigner /'fɔrinə/ (n) = Khách nước ngoài = alien /'eiljən/.

Foreign (adj) = thuộc về nước ngoài.

The Foreign office = Phòng công tác người nước ngoài.

Foreign trade (n) = nền ngoại thương.

Foreign Affairs /ə'fɛəz/ (n) = ngoại vụ.

Maiden name /'meidn/ (n) = nhũ danh.

Surname /'sɜ:neɪm/ (n) = họ = family / last

name.

First / given *name* = tên.

Middle name = tên lót, tên đệm.

Religious name /ri'lidʒəs/ (n) = Tên theo tôn giáo.

Christian name /'kristjən/ (n) = tên thánh (T.C Giáo).

Buddhist name /'budist/ (n) = pháp danh.

Alias /'eiljəs/ = sécret name = bí danh.

Nickname /'nikneim/ (n) = hỗn danh.

> **Ex:** Fátty (phì lủ, ù).
> Shórty (đặt diễu cho người cao kều bên Anh).

Honorific /ɔnə'rifik/ (n) = tôn danh.

Penname (n) = Bút hiệu.

Date of birth /bə:θ/ = (D.O.B) = birthday = ngày sinh.

Place of birth (P.O.B) = Birthplace = nơi sinh, sinh quán.

Passport /'pa:spɔ:t/ (n) = sổ hộ chiếu, thông hành.

To issue /'isju:/ = Cấp phát, phát hành.

> **Ex:** My idéntity card was issued by the Diréctorate of Police, HCM city on August 26th 1990.
> Giấy CMND của tôi được sở CA TP Hồ Chí Minh cấp ngày 26-08-1990.

Íssue (n) = việc cấp phát, việc phát hành, vấn đề thảo luận, số báo.

Place of issue = nơi cấp phát.

> **Ex:** - Stamp collectors like to buy new stamps on the day of *issue*.
> Các nhà sưu tập tem thích mua tem mới trong ngày phát hành.
> - Many polítical *issues* are going to be discússed in the United Nations next week.
> Nhiều vấn đề chính trị sắp được đem ra thảo luận tại LHQ vào tuần tới.
> - The latest *issue* of the Time maga-zine contained a lot of incidents concerning South East Asia.
> Số mới nhất của tạp chí Time đã

đăng nhiều biến động có liên quan đến Đông Nam Á.

At issue = còn đang bàn cãi.

> **Ex:** Where to choose the best place for the coming conference is the question *at issue*
> Địa điểm cho hội nghị sắp tới là vấn đề còn đang bàn cãi.

To expire /ik'spaiə/ = hết hạn, chấm dứt.

> **Ex:** - His term of office as President expires next month.
> Nhiệm kỳ Tổng Thống của Ông ta chấm dứt vào tháng sau.
> - When does this box of médicine expire?
> Chừng nào thì hộp thuốc này hết hạn?

Date of expiry = expiry date = date expired = ngày hết hạn, ngày hết hiệu lực.

> **Ex:** Expiry dates are always printed on the boxes of medicine.
> Ngày hết hạn xử dụng luôn luôn được in trên các hộp thuốc.

Postal zone /péustlzəun/ = khu bưu chính (KBC).

Province /'prɔvins/ (n) = Tỉnh.

Unacceptable /ʌnə'septəbl/ (adj) = không chấp nhận ≠ accéptable (có thể chấp nhận được).

> **Ex:** If our propósal is accéptable to you, then we'll sign the cóntract for 5 years.
> Nếu đề nghị của chúng tôi được bên ông chấp thuận thì chúng ta sẽ ký hợp đồng trong năm năm.

To accépt = to recéive = chấp thuận, nhận lời.

> **Ex:** Our Prime Minister *accepted* the in-vitation of the Prime Minister of the People's Republic of China for a formal visit to this country next month.
> Thủ tướng nước ta đã chấp nhận lời mời của Thủ tướng nước CHND Trung

Hoa mở cuộc viếng thăm chính thức đất nước này vào tháng tới.

Home telephone = điện thoại tư gia.

Business telephone = điện thoại cơ quan.

Operator /'ɒpəreitə/ (n) = tổng đài viên, người vận hành máy.

Directory /di'rektəri/ Assistance /ə'sistəns/(Mỹ) (Anh = diréctory. Enquiries /in'kwaiəri:ʒ/ = Ban hướng dẫn điện thoại.

To Welcome /'welkəm/ = chào mừng, nghênh đón.

Ex: - Welcome to Ho Chi Minh City!
Chào mừng đến T.P Hồ Chí Minh!
- The host warmly welcomed us to his party.
Người chủ đã nồng nhiệt chào mừng chúng tôi đến dự tiệc của ông.
- You are *welcome* to stay in our residence.
Chúng tôi mời quí vị lưu lại tệ xá của chúng tôi.

Welcome (adj) = được đón tiếp nồng nhiệt.

Ex: It would be a great honour for us to be *welcome* guests in this party.
Thật là 1 vinh dự lớn lao cho chúng tôi được làm những người khách trân trọng trong bữa tiệc này.

You're welcome = không có chi.

To reverse /ri'və:s/ = to change = đổi ngược lại.

Revérse (adj) = đảo nghịch.

Side /said/ (n) = phía, mặt, phe.

Ex: - Who will take my *side*?
Ai sẽ theo phe tôi?
- Please sign your name on the back *side* of this cheque (US:check).
Làm ơn ký tên của bạn vào mặt sau chi phiếu này.

Sideline /'saidlain/ (n) = nghề phụ, mặt hàng phụ.

Ex: - Besides manufacturing leather garments, that enterprise also produces

wallets and handbags as its *sideline*
Ngoài việc chế tạo quần áo bằng da thuộc xí nghiệp đó còn sản xuất các mặt hàng phụ như ví tiền và túi xách tay.

What does she do as her sideline
Nghề tay trái của cô ấy là gì?

Real estate /riəli'steit/ (n) = bất động sản.

Real estate agent /'eidʒənt/ (n) = nhà đại lý bất động sản.

Agency /'eidʒənsi/ (n) = hãng đại lý, hãng đại diện.

Rental /'rentl/ (n) = tiền cho thuê, việc cho thuê.

Rental Agency (n) = cơ quan đại lý cho thuê.

To check /tʃek/ = Kiểm tra, rà lại.

Information /infə'meiʃn/ (n) = thông tin, tin tức.

To inform /in'fɔ:m/ = thông báo = to nótify

Ex: - Please inform us exáctly of the date of your arrival so that we can make arrángement for your stay in this city.
Xin làm ơn thông báo chính xác cho chúng tôi biết ngày quí ông đến để chúng tôi có thể lo thủ tục cho quí ông lưu lại thành phố này.

Informant /in'fɔ:mənt/ (n) = infórmer = người mật báo.

Immigration officer /imi'greiʃn 'ɒfisə/ (n) = viên chức đặc trách việc di trú.

Immigration service = sở di trú, nhập cư.

To ímmigrate = nhập cư.

Ímmigrant = émigrant = dân di cư, nhập cư.

To interview /'intəvju:/ = phỏng vấn.

Interview (n) = cuộc phỏng vấn.

Disembarkation card /disemba:'keiʃn/ (n) = landing card = thẻ nhập cảnh.

To disembark /disim'ba:k/ = lên bờ, xuống đất liền.

Sex /seks/ (n) = giới tính, phái.

The sterner sex (phái khỏe), The fair sex (phái đẹp).

Nationality /næʃə'næliti/ (n) = Quốc tịch.

Ex: - There are people of all *nationalities* in Switzerland.

Có nhiều người thuộc đủ quốc tịch ở bên Thụy Sĩ.

- What's your *nationality*? - I'm an American of Vietnamese origin.

(Anh quốc tịch gì? - Tôi là người Mỹ gốc Vietnam.)

Reason for travel /'ri:znfətrǽvl/ (n): lý do đi lại, di chuyển.

BÀI 3

Vậy thì hãy kể cho tôi nghe về gia đình của bạn đi.

Tom: Vậy thì hãy kể cho tôi nghe về gia đình của bạn đi. Bạn có anh chị em không?

Barbara: Có chứ. Mình có ba chị em gái nhưng không có anh em trai nào cả.

Tom: Ba chị em gái. Họ bao nhiêu tuổi vậy?

Barb: Ờ, chị lớn nhất thì hăm ba. Chị thứ nhì thì hăm mốt, còn con bé út thì mười chín.

Tom: Thế họ làm nghề gì thế?

Barb: Chị lớn nhất - tức chị Ellen - lập gia đình rồi và có hai con, và chúng làm cho chị ấy khá là bận bịu. Janice, chị thứ nhì, đang học đại học như tôi. Chị ấy học khoa điện toán. Còn con bé kia là Cindy vẫn đang học trung học.

Tom: Vậy còn cha của bạn? Bác làm nghề gì vậy?

Barb: Ồ, ông ấy làm luật sư.

Tom: Ồ, thật vậy à? Còn mẹ của bạn? Bác ấy cũng đi làm chứ?

Barb: Vâng, mẹ tôi (bà ấy) làm nhà báo. Bà ấy làm việc cho một tạp chí du lịch.

❏ VOCABULARY (and word Enrichment)

To marry /mǽri/: lấy (vợ, chồng)

Ex: Nam is going *to marry* his boss's daughter

Nam sắp lấy con gái của thủ trưởng anh ấy.

To get married: kết hôn, lập gia đình.

Ex: - Nam and Mai are going to get married.

Nam và Mai sắp lấy nhau.

- When are you going to get married? Bạn tính chừng nào thì lập gia đình?

Married /mǽrid/ (adj.): đã có gia đình, lấy...

Ex: - She was *married* to a Vietnamese alien in the United States.

Nàng đã lấy một Việt Kiều tại Mỹ.

9

- Don't set your hope on her any longer because she's now a *married* woman.

Đừng nuôi hy vọng vào nàng nữa vì nay nàng đã là một thiếu phụ.

Marriage /'mærɪdʒ/ (n): sự kết hôn, lễ cưới: wedding.

Ex: Their *marriage* was celebrated at St.Paul's.

Lễ cưới của họ đã cử hành tại thánh đường Thánh Phao-lô.

Busy /bɪzɪ/ (adj.): bận rộn ≠ free (rảnh rỗi)

computer /kənˈpjuːtə/ (n): máy tính điện tử.

to compúte = to cálculate: tính toán.

computation (n): việc tính toán = calculation.

computer science: khoa điện toán.

Lawyer /lɔ́ːjə/ (n): luật sư.

Law /lɔː/ (n): luật pháp.

Láwful (adj.): hợp pháp, luật định ≠ lawless: phạm luật, vô pháp luật.

Journalist /dʒɔ́ːnəlist/ (n): nhà báo.

Journalism /dʒɔ́ːnəlizəm/ (n): việc in ấn, xuất bản báo chí.

Travel magazine /trǽvl mǽgəziːn/ (n): tạp chí du lịch.

❏ FURTHER VOCABULARY:

only /óunlɪ/ (adj.): únique (độc nhất, duy nhất)

(adv.): mérely (chỉ), sólely

Ex: - Cindy was the *only* girl able to speak Japanese.

Cindy là cô gái duy nhất có thể nói tiếng Nhật.

- *Only* three passengers were seriously hurt in the accident.

Chỉ có 3 hành khách bị thương nặng trong tai nạn.

Grandparents /grǽndpærənts/: ông bà (nội, ngoại).

grandfather /grǽndfɑːðəl/ = granddad = grandpa: ông.

grandmother /grǽndməðə/ = grandma: bà.

Dad /dæd/ = father = cha, ba, bố (tiếng con gọi).

Mom /mɒm/ = mother: mẹ, má.

Uncle /ʌ́ŋkl/ (n): bác trai, chú, cậu, dượng.

Aunt /ɑːnt/ (n): bác gái, cô, dì, mợ, thím.

Cousin /kʌ́zn/ (n anh, chị, em họ.

Nephew /névjuː/ or /néfjuː/ (n): cháu trai (của cô, chú).

Niece /niːs/ (n): cháu gái (của chú, bác...)

grandchildren: cháu trai, gái (nội, ngoại).

Family tree: cây hệ tộc.

To imagine /imǽdʒin/: tưởng tượng.

Imágination /imædʒinéiʃn/ (n): trí / vật tưởng tượng.

Immaginary /imǽdʒinəri/ (adj.): tưởng tượng.

Ex: - Can you imagine life without electricity and water?

Các bạn có thể tưởng tượng được cuộc sống mà không có điện nước không?

- You can't really see a ghost because it's only an imaginátion.

Bạn không thể thực sự trông thấy ma vì nó chỉ là vật tưởng tượng.

- Novelists often have rich *imagination*

Các tiểu thiểu gia thường có trí tưởng tượng phong phú.

- Many *imaginary* things to ancient people have become true in our generation.

Nhiều vật tưởng tượng đối với người xưa đã trở thành hiện thực trong thời đại của chúng ta.

Law firm /fɜːm/ (n): tổ hợp luật.

Housewife /hauswaif/ (n): người nội trợ.

Single /sɪŋgl/ (adj.) = not yet married (độc thân), oniy one (đơn độc).

Ex: Single ticket: vé 1 chuyến; single combat chiến đấu tay đôi (1 chọi 1).

Divorced /dɪvɔːst/ đã ly dị.

Divórce (n): vụ ly dị; divorcee /divó:sei/ (n): người đã ly dị.

to divórce: ly dị.

Ex: Did he divorce his wife or did she divorce him? hắn ta đã ly dị vợ hay chị ta đã ly dị hắn?

Widowed /widəud/ (adj.): góa bụa.

Ex: Most young women became widowed by war: Chiến tranh đã khiến nhiều thiếu phụ trẻ thành góa bụa.

Widow (n): đàn bà góa chồng.

Widower /wídəuə/ (n): đàn ông quá vợ.

Teenage /tí:neidʒ/ (n): tuổi thanh thiếu niên (từ 13-19)

Gymnast /dʒímnæst/ (n): vận động viên thể dục dụng cụ.

gymnastics /dʒimnæstíks/ (n): môn thể dục dụng cụ.

gymnasium /dʒimnéizjəm/ (n): phòng tập / biểu diễn thể dục dụng cụ.

To win - won - won /wʌn/: thắng, đoạt giải, trúng giải.

Ex: Which team won the cup final? Đội bóng nào đã thắng giải chung kết đoạt cúp vậy?

Winner (n): người thắng giải ≠ loser: người thua cuộc.

gold medal /gəuld médl/ (n): huy chương vàng.

Silver medal /silvə médl/ (n): huy chương bạc.

Bronze medal /brɒnʒ medl/ (n): huy chương đồng.

The Olympics /əulímpiks/ (n): thế vận hội.

Reporter /ripɔ́:tə/ (n): phóng viên, người tường thuật.

to repórt: tường thuật, báo cáo.

Ex: The astronaut reported on his space trip to the President. Nhà du hành vũ trụ đã tường trình chuyến thám hiểm vũ trụ của ông lên Tổng thống.

Repórt (n): bản tường trình, báo cáo, bài tường thuật.

Ex: I have heard bad reports about you. Tôi đã nghe nhiều báo cáo xấu về anh.

own /əun/ (adj.): riêng.

Ex: I saw it with my own eyes. Chính tôi đã trông thấy việc đó.

To own = to possess /pəzés/: làm chủ, sở hữu.

Ex: This motorcycle is mine. I own it. Chiếc xe gắn máy này của tôi. Tôi làm chủ nó.

ówner (n): chủ nhân.

Ex: Who is the owner of that business? Ai là chủ nhân của cơ sở kinh doanh đó?

ównership (n): quyền làm chủ (cơ sở vật chất).

Ex: Estate of s/b's Ownership: bất động sản thuộc quyền sở hữu của ai.

The Citizens' Census Committee: Ủy ban điều tra dân tình.

Census /'sensəs/ (n): việc kiểm tra dân số, lượng xe cộ lưu thông.

Committee /kə'miti/ (n): ủy ban.

Ex: - The People's committee: Ủy ban nhân dân.
     - Committee meeting (member, decision): cuộc họp (thành viên, quyết định) của Ủy ban.

Sex /seks/ (n): phái, giới tính.

Male /meil/ (n): giống đực, nam ≠ female /'fi:meil/: giống cái, nữ.

Marital Status /'mæritl steitəs/ (n): tình trạng hôn nhân.

Single /'siŋgl/ (adj.): độc thân.

Married /'mærid/ (adj.): có gia đình.

Divorced /dívɔ́:st/ (adj.): đã ly dị.

Widowed /'widəud/ (adj.): góa bụa.

Separated /ʃepəreitid/ (adj.): đã ly thân.

Annual income /'ænjuəl'iŋkʌm/ (n): lợi tức hàng năm.

spouse /spaus/ (US): người phối ngẫu (vợ hay chồng)

Ex: What is your spouse's occupation?

Chồng chị (vợ anh) làm nghề gì?

Residence /'rezidəns/ (n): tư thất, chỗ ở.

Resident (n): người cư trú.

To reside /ri'zaid/: cư trú.

Ex: He's residing at 10 Tran Hung Dao Ave.

Ông ấy đang cư trú tại số 10 đại lộ Trần Hưng Đạo.

owned /əund/ (adj.): làm chủ.

To own = to possess: làm chủ, sở hữu.

ownership (n): quyền sở hữu.

Rented /rentid/ (adj.): được cho thuê.

To rent: cho thuê.

Ex: Do you own or rent your Video?

Anh làm chủ hay thuê đầu máy Vi đê ô vậy?

Rental /'rentl/ (n): giá thuê, sự cho thuê.

BÀI 4

Nhanh lên nào !
Chúng ta muộn rồi đấy !

Susan:	Anh đang làm gì ở trên đó vậy?
Jim:	Anh đang thay quần áo.
Susan:	Vậy thì hãy nhanh lên nào. Chúng ta muộn rồi đấy.
Jim:	Được rồi. Được rồi. Đợi chút. À này Susan ơi, bộ nút măng-xét của anh đâu rồi nhỉ?
Susan:	Chúng ở trên bàn trang điểm bên cạnh hộp đựng nữ trang đó.
Jim:	Ồ, đúng rồi. Anh thấy rồi. Cám ơn em... Và em có biết đồng hồ của anh đâu không?
Susan:	Nó không có ở ngăn kéo trên cùng phía bên phải sao?
Jim:	Không, nó đâu có ở đó.
Susan:	Vậy thì em không biết nó đâu cả.
Jim:	Bây giờ là mấy giờ rồi nào?
Susan:	Sáu giờ bốn mươi lăm rồi (bảy giờ kém mười lăm rồi)
Jim:	Và mấy giờ thì vở kịch bắt đầu hả em?
Susan:	Đúng tám giờ
Jim:	Xong rồi. Anh xuống rồi đây. Thế em còn đang đợi gì vậy?

❑ **VOCABULARY** (And word Enrichment)

To try = thử, cố gắng // *try* (n) = attempt = lần thử sức, sự cố gắng.

Ex: - I don't think I can play this electronic game but I'll *try*.

Tôi không nghĩ rằng tôi có thể chơi được trò chơi điện tử này

nhưng tôi sẽ thử xem.

- That athlete had three *tries* but failed each time.

Vận động viên ấy đã thực hiện ba lần thử sức nhưng mỗi lần (như vậy) đều thất bại.

12

To try something (s/th) on = thử (quần áo, giầy dép...)

Ex: - I'm going to the tailor's to have my new suit *tried* on.

Tôi đang đến hiệu may để mặc thử bộ vét mới của tôi.

- I'll *try* all my best to please you.

Con sẽ cố gắng hết mình để chiều lòng bố mẹ.

Cufflinks /kʌ́fliŋks/ (n) = nút măng xét.

Dresser /drésə/ (n) - (US) = dressing table = bàn trang điểm

Jewelry box /ˈdʒuːəlri bɒks/ (n) = hộp đựng nữ trang.

Jewel (n) = precious stone = đá quí.

Jeweller (n) = người bán nữ trang.

Jewelry (n) = nữ trang.

wool sweater /wul swétə/ (n) = áo len

Sweat /swét/ (n) = mồ hôi // to sweat = đổ mồ hôi.

suit /sjuːt/ (n) = bộ vét.

key /kiː/ (n) = chìa khóa // lock /lɒk/ (n) = ổ khóa.

Bathrobe /ba:θrəub/ (n) = áo khoác mặc sau khi tắm.

wallet /wɔ́lit/ (n) = ví tiền.

to the left = ở phía bên trái (của vật gì, so với vật gì).

Ex: The picture is on the wall to the left of the window.

on the right = ở phía bên phải (trong cùng 1 khoảng không gian)

Ex: The bottle of whisky is in the cabinet on the right.

Chai rượu uýt-ki ở trong tủ phía bên phải.

drawer /drɔə/ (n) = ngăn kéo.

in front of /frʌnt/ (prep.) = ở đằng trước ≠ behind (ở đằng sau)

Earrings /íəriŋz/ (n) = đôi hoa (bông) tai.

scarf /ska:f/ (n) = khăn quàng cổ, khăn phu-la.

silk blouse /blaus/ (n) = áo kiểu nữ bằng lụa.

evening dress /ívəniŋ dres/ (n) áo mặc đi dự lễ, tiệc, áo nữ mặc chung với váy.

stockings /stɔ́kiŋz/ (n) = bí tất, vớ nữ.

socks /sɒks/ (n) = bí tất, vớ nam.

Nightgown /náitgaun/ (n) áo ngủ của phụ nữ.

boots /buːts/ (n) = ủng, giầy bốt, giầy cao cổ

Handbag /hǽndbæg/ (n) = túi xách tay.

shelf /ʃelf/ (n) = ngăn tủ, kệ.

various /véəriəs/ (adj) = different = khác nhau.

Ex: She tried on various dresses before selecting one.

Cô ta đã mặc thử nhiều chiếc áo khác nhau trước khi chọn một.

theatre /ˈθiətə/ (n) = rạp hát, hí viện.

not far from = không xa...

opposite /ɔ́pəzit/ (adj) = đối diện.

on the corner of... and = ở góc đường... và đường...

at the end = ở cuối.

at the beginning = ở đầu

block /blɒk/ (n) = dây phố, khối đá.

just before = ngay trước.

between /bi'twiːn/ (prep.) = ở giữa (hai).

around the corner /kɔ́:nə/ = quanh góc.

in the middle of /mídl/ = ở giữa (nhiều).

just past /pa:st/ = vừa qua khỏi.

supermarket /ˌsuːpəˈmaːkit/ (n) = siêu thị.

Model /mɔ́dl/ (n) = mẫu (câu), người mẫu

anyway /éniwei/ (adv) = inspite of this = anyhow = dù sao đi nữa.

Ex: - Let's go somewhere to eat something!

- Are you hungry now?

- Not very but it's lunch time now, *anyway*.

(Hãy đi tìm nơi nào đó để ăn cái gì đi!

- Anh đói rồi à?

- Không đói lắm nhưng dù sao thì cũng đến giờ ăn trưa rồi mà.)

- Are we ready to go home?

- It's too late now, anyhow.

(chúng mình sẵn sàng về nhà chứ?

- Dù sao thì trời cũng đã muộn rồi!)

Disco /ˈdiskəu/ (n) = tụ điểm khiêu vũ theo

nhạc máy.

To locate /ləu'keit/ = tọa lạc, định vị trí.

Ex: - We could *locate* our destination easily on the map.

(chúng tôi đã có thể định vị trí nơi chúng tôi đến một cách dễ dàng trên bản đồ).

- Where is your school *located*?

(Trường bạn (tọa lạc) ở đâu?)

Starting time = giờ khởi đầu, giờ xuất phát.

Finishing time = giờ kết thúc.

To start = to begin = bắt đầu / starter (n) = người khởi động (cuộc đua), món khai vị.

To finish = to end = kết thúc, chấm dứt.

Sharp /ʃa:p/ (adv) = 'punctually, exáctly = đúng, chính xác.

Sharp (adj) = bén, nhọn, nổi bật, đột ngột, the thé, lanh lảnh, lanh lợi, hoạt bát.

Ex: - Be careful! You'll cut yourself with that *sharp* knife.

(coi chừng! con sẽ bị đứt tay vì con dao bén đó).

- she is copying the picture from the book with her *sharp* pencil.

(cô ấy đang căn-ke bức hình trong sách bằng cây bút chì nhọn của cô ta)

- Watch out! There is a *sharp* bend in the road ahead.

(coi chừng! có một khúc quanh đột ngột ở phía trước con đường đấy.)

- I saw the *sharp* outline of a dark figure in the doorway.

(Tôi đã trông thấy một bóng đen nổi bật trên lối đi.)

- While we were sleeping last night, we heard a *sharp* cry of panic from somewhere.

(Trong lúc chúng tôi đang ngủ tối hôm qua, chúng tôi đã nghe thấy một tiếng kêu khiếp đảm từ đâu đó.)

- What a *sharp* boy!

Cậu bé mới lanh lợi làm sao!

- It's good to have *sharp* eyes while one is in a crowded street.

(Có đôi mắt lanh lợi khi người ta đang ở một phố đông đúc thì tốt)

play /plei/ (n) = ('drama) = vở kịch, sự/lúc nô đùa, cuộc chơi, phong cách chơi.

Ex: - I like to see most of William Shakespeare's plays.

(Tôi thích xem hầu hết các vở kịch của W. Shakespeare.

- We could hear the happy sounds of children at play.

(Chúng tôi có thể nghe thấy tiếng cười nói vui vẻ của bọn trẻ lúc nô đùa).

- There was some excellent play in last night's match.

(Phong cách thi đấu trong trận đấu tối qua thật tuyệt)

Movie /'mu:vi/ (n) = film (phim) / Movie-theater (n) = rạp chiếu phim.

concert /'kɒnsət/ (n) = buổi hòa nhạc.

opera /'ɒprə/ (n) = kịch (theo thể hát).

ballet /'bælei/ (n) = vũ kịch ba - lê.

Entertainment /entə'teinmənt/ (n) = trò giải trí, buổi biểu diễn.

Guide /gaid/ (n) = sách hướng dẫn, hướng dẫn viên, kim chỉ nam.

Ex: His eldest brother has been his guide, adviser and friend.

(Anh cả anh ta là người dẫn đường, quân sư và là bạn của anh ta*).

Metropolitan /metrə'pɒlitən/ (adj) = thuộc về thành phố lớn.

Symphony /'simfəni/ (n) = nhạc giao hưởng.

orchestra /'ɔ:kistrə/ (n) = ban (dàn) nhạc.

To miss /mis/ = bỏ lỡ, bỏ qua, nhớ nhung.

Ex: - Don't miss any chance to practice your English.

(Đừng bỏ qua 1 dịp nào để thực hành môn tiếng Anh của bạn).

- Do you miss your kids when you are away?

(Bạn có nhớ bọn nhóc khi bạn đi xa không?)

Best /best/ = (here) best film/ movie = phim hay nhất, điều hay nhất.

Ex: - She wants the best of everything.
(Cô ta muốn mọi thứ đều hoàn hảo).
- That's the best among my records.
Đó là đĩa hay nhất trong số những đĩa hát của tôi.

opening time = starting time = giờ khởi sự.

closing time = ending time = giờ kết thúc.

To call /kɔl/ = to phone = gọi điện thoại.

To find out = to discover = tìm ra.

Ex: Can you find out all the differences between these two pictures?
(Bạn có thể tìm ra tất cả các điểm khác biệt giữa 2 bức hình này không?)

Post office /pəust ˈɒfis/ (n) = nhà bưu điện.

list (n) = danh sách.

Museum /mju:ˈziəm/ (n) = viện bảo tàng.

Drugstore /ˈdrʌgstɔ:/ (tắt: Drugs) = nhà thuốc tây (kiểu Mỹ)

Ex: In a drugstore, you can buy some daily necessities besides medicine.
(Trong 1 hiệu thuốc tây kiểu Mỹ, bạn có thể mua vài thứ nhu yếu phẩm ngoài thuốc men.)

Pharmacy /ˈfaːməsi/ (n) = chemist's (shop) = nhà thuốc tây.

Pharmacist = chemist /ˈkemist/ = druggist (US) = dược sĩ

To look for = to find = tìm kiếm.

Ex: - What are you looking for?
Bạn đang tìm gì đấy?
- He's looking for a new secretary.
Ông ấy đang tìm 1 cô thư ký mới.

location /ləuˈkeiʃn/ (n) = vị trí, địa điểm.

Square /skweə/ (n) = quảng trường, hình vuông.

Department store /diˈpaːtmənt stɔ:/ = cửa hàng tổng hợp.

Event /iˈvent/ (n) = incident (sự kiện lịch sử, biến cố) môn tranh tài.

Ex: - It was quite an event when a woman first became prime minister.
(Thật là 1 sự kiện lịch sử khi một phụ nữ trở thành thủ tướng).
- Which events have the Vietnamese athletes entered for in the 16th SEA Games?
(Các VĐV Việt nam đã dự tranh những môn nào trong SEA Games 16?)

Auditorium /ˈɔːdiˈtɔːriəm/ (n) = thính đường.

club /klʌb/ (n) = câu lạc bộ, dùi cui, con bài chuồn.

BÀI 5

Những mục linh tinh

1. Bob Andrews và Amy Miller là những sv đại học. Họ gặp nhau trên chuyến xe buýt đi Cựu Kim Sơn. Hãy hoàn tất mẫu đối thoại của họ.

Bob:	Chỗ này có người ngồi không ạ?
Amy:	Không. Không có.
Bob:	Cám ơn. Một ngày đẹp trời đấy chứ, ... ?

Amy:	. . . .
Bob:	Cô đi Cựu Kim Sơn phải không?
Amy:	Vâng, đúng vậy. Tôi đang đi thăm bố mẹ của tôi đấy. Họ sống ở đó mà.
Bob:	Ồ, thế hả? Anh tôi cũng ở đó nữa đấy. Thế ra bố mẹ của cô sinh sống ở Cựu Kim Sơn.
Amy:	Đúng vậy. Thế còn bố mẹ anh?
Bob:	Họ sống ở Chicago. Hầu hết gia đình tôi sống ở đó.
Amy:	Ồ. Gia đình anh có đông không?
Bob:	À, hai anh em trai và một em gái. Vậy còn cô?
Amy:	Tôi có một em gái.
Bob:	Thế cô làm nghề gì? Cô có phải là sinh viên không?
Amy:	Vâng phải. . . . . . . UCLA.
Bob:	Nghiêm túc nhé! Tôi cũng vậy đấy . . . . môn nào?
Amy:	Âm nhạc. . . . . thì sao?
Bob:	Tôi theo học ở . . . . ,tôi là Bob Andews.
Amy:	. . . . Amy. Amy Miller.

❑ VOCABULARY AND WORD ENRICHMENT.

Is this seat taken (= óccupied)? chỗ này có ai ngồi không? = Is this seat free (= vácant)? = chỗ này còn trống không?

No Kidding /kidiŋ/! = thật . vậy nhỉ! quả không sai nhỉ! nghiêm túc đấy nhé!

Ex: "It's raining". _"No kidding! I wondered why I was getting wét!"
("Trời đang mưa đấy." _"Quả không sai! Thế mà tôi cứ thắc mắc tại sao tôi lại ướt!)

Kid (n) = child (trẻ con)

Ex: Please say hello to your wife and kids for me.
(Làm ơn cho tôi gởi lời thăm bà xã và bọn nhóc của anh nhé.)

To kid = to tease = trêu, giỡn mặt.

Ex: Are you kidding me?
Mày giỡn mặt tao đó phải không?
(= are you pulling my leg?) (Idiom).

❑ FURTHER VOCABULARY:

News stand /nju:stænd/ (n) = book stall = quầy sách báo.

To decide /di'said/ = to make up one's mind = quyết định.

Decision /di'sizn/ (n) = quyết định.

to make / reach a decision = đi đến 1 quyết định.

Decisive /di'saisiv/ (adj.) = quyết liệt, chẳng cuộc.

Ex: A decisive battle = 1 trận chiến quyết liệt.

Decided /di'saidid/ (adj.) = rõ ràng, cụ thể.

Ex: a decided plan (phương án cụ thể).

To subscribe /səb'skraib/ = mua (báo) dài hạn, đóng góp.

Ex: The magazine is trying to get more readers to subscribe.
Tờ tạp chí đang cố gắng tìm thêm số độc giả mua báo dài hạn.

Ex: How much did you subscríbe to the flood fund?

16

Bạn đã đóng góp bao nhiêu vào quỹ cứu lụt?

Subscriber (n) = người đặt mua báo dài hạn, người đóng góp lệ phí hội viên.

Subcription /səb'skrip∫n/ (n) = việc mua báo dài hạn, tiền đóng góp.

To discover /dis'kʌvə/ = phát hiện, khám phá.

Discóvery (n) = sự phát hiện, phát minh.

Savings cértificate /'seiviηz sə:'tifikət/ = phiếu tiết kiệm.

certificate (n) = giấy (phiếu chứng nhận)

to certify = chứng nhận.

Hereby /hiə'bai/ (adv.) = nhân đây, do kết quả, do bởi.

Ex: - I hereby give you my permission (Nhân đây tôi cho phép anh.)
- I do hereby certify that = Nhân đây, tôi chứng thực rằng.

To guarantee /gærən'ti:/ = bảo đảm.

guaranty /'gærənti/ (n) = lời bảo đảm.

guarántor /gærən'tɔ:/ (n) = người bảo đảm.

to be entitled to /in'taitld/ = cho quyền (ai) làm gì, được quyền.

Ex: - After a hard day's work she felt entitled to a rest.
- Sau một ngày lao động mệt nhọc bà ta cảm thấy có quyền được nghỉ ngơi.
- Since you were négligent to your duties, I dismiss you from employment and you're not entitled to separation allowance.
(Vì anh lơ là nhiệm vụ được giao phó, tôi đuổi anh và anh không được quyền hưởng trợ cấp thôi việc.)

Discount /dis'kaunt/ = tiền được bớt, chiết khấu.

Ex: We'll give you a 10% *discount* if you buy a dozen.
Nếu bà mua cả lố thì chúng tôi sẽ bớt cho bà 10%.

cover price (n) = giá bìa // cover girl = cô gái có ảnh ở trong bìa.

Holder /'həuldə/ (n) = người giữ, người làm chủ, vật chứa.

Ex: - an account holder = người chủ tài khoản.
- a pen holder = hộp đựng bút.

to hold-held-held = cầm, giữ, chứa.

Ex: - The child is holding its mother's arm = đứa bé đang nắm tay mẹ nó.
- How much can this can hold? = Can này có thể chứa bao nhiêu lít?
- I don't think the car will hold you all. Tôi không nghỉ rằng chiếc xe có thể chở hết bọn các anh.
- The terrorists are holding two men hostage in their lair.
Bọn khủng bố đang bắt giữ 2 con tin đàn ông tại sào huyệt của chúng.

To bill = tính tiền, gởi hóa đơn.

Ex: We'll bill you later for the items you have bought.
Chúng tôi sẽ gửi hóa đơn cho ông sau về những món hàng ông đã mua.

Bill (n) = Hóa đơn, giấy quảng cáo, dự án luật.

Ex: - Please post no bills = xin đừng dán giấy.
- Make out the bill, please. = Làm ơn tính tiền giùm.

Signature /'signət∫ə/ = chữ ký.

Ex: His signature is almost illegible.
Chữ ký của ông ta hầu như không đọc được.

to sign /sain/ = ký tên.

Ex: Both parties signed the contract after having read it carefully. (Hai bên đã ký bản hợp đồng sau khi đọc kỹ.)

Sign (n) = dấu hiệu.

Ex: "+", "-", "x", ":" are 4 mathematical signs. (cộng, trừ, nhân, chia là 4 dấu về toán học.)

17

to order /'ɔ:də/ = đặt (hàng), gọi (món ăn), ra lệnh.

Ex: - The doctor ordered me to stay in bed.

Bác sĩ đã ra lệnh cho tôi nằm nghỉ.

- What would you like to order, madam?

Thưa bà gọi món gì ạ?

- The book you need is out of stock now but you can order it.

Quyển sách ông cần hết mất rồi nhưng ông có thể đặt mua nó.

órder (n) = mệnh lệnh, việc đặt hàng, trật tự.

orderly (adj.) = có trật tự ≠ disórderly = mất trật tự.

Ex: - Orderly-departure program (O.D.P) = chương trình ra đi có trật tự.

- a disórderly crowd = 1 đám đông mất trật tự.

To dial /daiəl/ = quay (số điện thoại).

Ex: In case of fire, please dial 14.

Trường hợp có hỏa hoạn, xin hãy quay số 14.

Subscription Department /səb'skripʃn di'pɑ:tmənt/ = phòng nhận đặt báo dài hạn.

Subscription form (n) = mẫu đăng ký mua báo dài hạn.

That's all then = vậy là xong rồi đấy ạ.

To attend /ə'tend/ = phục vụ, chăm sóc, chăm chú, tham dự.

Ex: - The shop Assistant attended to all his needs.

Người bán hàng đã phục vụ mọi yêu cầu của ông ta.

- Dr. Thompson attended her in hospital.

BS Thompson đã điều trị cho ba ta ở bệnh viện.

- The meeting was well-attended.

Buổi họp đã được tham dự đông đủ.

Conference /'kɒnfərəns/ (n) = hội nghị.

Ex: Many international conferences have been held in Geneva.

Nhiều hội nghị quốc tế đã được nhóm họp tại Giơ-Ne-vơ.

Actually /'æktʃuli/ (adv.) = really, in fact = thực ra, thực sự.

Ex: - Actually, I'm very busy at the moment.

Thực ra thì tôi đang rất bận vào lúc này.

- What did she actually say?

Cụ thể bà ta nói gì?

to come along = to come with = đi với.

Ex: I'm going to the party. Would you like to come along?

Tôi đi dự tiệc đây. Cô có muốn đi cùng không nào?

That's very kind of you = ông (bà) tử tế quá đi thôi!

Standard /'stændəd/ (n) = tiêu chuẩn.

Ex: Spare parts must be made to meet the international standard of size and quality.

Đồ phụ tùng phải được chế tạo sao cho phù hợp với tiêu chuẩn Quốc tế về kích thước và chất lượng.

Elevator /'eliveitə/ (n) (US) = lift = thang máy.

Industry /'indəstri/ (n) = ngành công nghiệp, sự chuyên cần.

Light / heavy industry = công nghiệp nhẹ / nặng.

Industrial /in'dʌstriəl/ (adj.) = thuộc về công nghiệp, kỹ nghệ.

to industrialize = công nghiệp hóa.

Industrious (adj.) = diligent, hard-working = siêng năng.

Trade /treid/ (n) = việc thương mại, buôn bán.

Ex: - Since joining the common Market, Britain's trade with Europe has greatly increased.

Từ khi tham gia thị trường chung, với châu Âu ngành thương mại của nước Anh đã gia tăng gấp bội.

Foreign trade (n) = nền ngoại thương ≠ home trade = nền nội thương.

Imbalance /im'bæləns/ = sự mất cân đối.

Ex: The current trade deficit indicates a serious imbalance between our import and export rate.

Sự thâm lạm mậu dịch hiện hành cho thấy có sự mất cân đối nghiêm trọng giữa lượng nhập và lượng xuất.

Lounge /laundʒ/ (n) = sitting room = phòng khách (ở khách sạn).

To lounge = nghỉ ngơi.

cabinet /'kæbinit/ (n) = tủ đựng hồ sơ, tủ treo tường, nội các.

Ex: - a medicine cabinet = tủ thuốc gia đình (treo tường)
Members of the cabinet were chosen by the Prime Minister.
Thủ tướng đã chọn xong các thành viên của nội các.

Counter /'kauntə/ (n) = quầy.

Flour /flauə/ = bột mì.

Stove /stəuv/ = lò nấu bếp.

Quiz /kwiz/ (n) = cuộc thi đố (kiểm tra kiến thức)

to quiz = ra câu đố.

"All or nothing" Program = Chương trình "Được ăn cả, ngã về không."

Contestant /kən'testənt/ = người dự tranh = compétitor

contest /'kɔntest/ (n) = competition (cuộc thi tài).

Ex: Beauty contest = cuộc thi hoa hậu.

Ex: The election was so one-sided that it was really no contest.
Cuộc bầu cử chỉ có một phe nên thực tế chẳng có cuộc dự tranh nào cả.

to contest /kən'test/ = to compéte = dự tranh, thi đấu.

Ex: As a protest, the Conservative Party has decided not to contest the coming election.

Để phản đối, Đảng Bảo Thủ đã quyết định không tranh cử trong cuộc bầu cử sắp tới.

Host /həust/ (n) = chủ nhân buổi chiêu đãi (nam), người điều khiển chương trình.

Ex: Host country = nước chủ nhà. The host team = đội chủ nhà.

Hostess /həustis/ (n) = nữ chủ nhân.

Capital /'kæpitl/ (n) = thủ đô, chữ viết hoa.

Ex: In this sentence, the words VIETNAM are in capitals. = Trong câu này chữ VIETNAM được viết hoa.

Capital city (n) = Thành phố được chọn là thủ đô, thủ phủ.

Ex: London, Paris and Washington are Capital cities (Luân đôn, Pari và Hoa Thịnh Đốn là các thủ phủ).

Colombia /kə'lɔmbiə/
Bogota /'bəugətə/ = thủ đô của cô-lông-bi.

Poland /'peulənd/ = Ba lan.
Warsaw /'wɔ:sɔ/ = thủ đô của Ba lan.

Canada /'kænədə/ = Ca-na-đa, Gia Nã Đại.
Ottawa /ótəwə/ = thủ đô của Giã Nã Đại.

Egypt /'i:dzipt/ = Ai cập.
Cairo /'kairəu/ = thủ đô của Ai cập.

Germany /'dʒə:məni/ = Đức
Bonn /bɔn/ = thủ đô của CHLB Đức.

Denmark /'denma:k/ = Đan Mạch.
Copenhagen / kəupən'heigən/ = thủ đô của Đan Mạch.

Nigeria /nai'dziəriə/ = Ni-Giê-ri-a (Châu phi).
Lagos /'leigɔs/ = thủ đô của Ni-Giê-ri-a.

Sri Lanka /sri:'læŋkə/ = Xri Lanca, Tích Lan (also Ceylon)
Colombo /kə'lɔmbəu/ = thủ đô của Tích Lan.

Washington /'wɒʃiŋtn/ (n) = thủ đô Hoa Kỳ.

D.C = District of Columbia /kə'lʌmbiə/ = quận cô-lôm-bi-a.

The United States /ðə ju:'naitid steits/ = Hiệp chủng quốc Hoa Kỳ.

Buckingham Palace /'bʌkiŋəm'pælis/ (n) = Điện Bắc-kinh-hem.

The Great pyramid /greit 'pirəmid/ = Đại Kim tự Tháp (Ai cập)

The Colosseum /ðəkɒləsíəm/ = Thành cổ La Mã.

The Eiffel Tower /ðə 'aifl tauə/ = Tháp Ép-phen (Pa-ris).

The Taj Mahal /ðə 'taj mə'hal/ = ngôi đền nổi tiếng của Ấn Độ.

The Kremlin /krem'lin/ = Điện Cẩm Linh (Nga).

The Empire State Building /ðі em'paiə steit bildiŋ/ = Tòa nhà cao nhất nước Mỹ.

Gizeh /'gizeh/ (n) = một địa danh của Ai cập.

Agra /'agrə/ = một tỉnh của Ấn Độ.

Director /di'rektə/ (n) = đạo diễn (phim), giám đốc.

conductor /kən'dʌktə/ (n) = nhạc trưởng, người bán vé xe buýt.

Politician /pɒli'tiʃn/ = statesman = chính khách, nhà chính trị.

Dancer /'dænsə/ (n) = diễn viên múa.

Actress /'æktris/ (n) = nữ diễn viên (điện ảnh, kịch).

Soccer player /'sɒkə pleiə/ (n) = vận động viên bóng đá (US)

Astronaut /'æstrɔ:t/ (n) = nhà du hành vũ trụ = spaceman.

M.C = master of ceremonies /ma:stə əv 'seriməniz= the host of a show = người điều khiển một chương trình biểu diễn.

Grand prize /grænd praiz/ = giải thưởng lớn.

All-expenses-paid vacation = chuyến đi nghỉ mát được đài thọ mọi phí tổn.

Las Vegas /las'veigəs/ = thành phố ở miền Đông Nam bang Nevada (HK)

Without further ado /wi'ðau'fз:ðə ə'du:/ = nếu không có gì trở ngại nữa.

Ado /ə'du:/ = adoo = trouble, difficulty.

Ex: Without more ado, let's sign the contract.

Nếu không có gì trở ngại nữa, chúng ta hãy ký vào bản hợp đồng đi.

Theme /θi:m/ (n) = tópic, subject = chủ đề, đề tài.

Ex: The theme of his talk was measures taken to prevent Aids.

Chủ đề cuộc nói chuyện của ông ta là các biện pháp được áp dụng để ngăn ngừa bệnh Sida.

Congratulations /kəngrætʃu'leiʃnz/ = xin chúc mừng.

to congratulate /kən'grætʃuleit/ = chúc mừng.

Ex: His friends congratulated him on his success.

Các bạn anh ta đã chúc mừng thắng lợi của anh.

to win /win/, won /wʌn/, won = trúng, đoạt giải.

Ex: The home team won the match brilliantly.

Đội bóng nhà đã thắng trận đấu 1 cách vẻ vang.

Luggage /'lʌgidz/ (n) = (US: baggage) hành lý, vali, túi du lịch.

Ms /miz/ = tiếng xưng hô dùng với phụ nữ có hoặc không có gia đình trong khi giao tế.

BÀI 6

Tối nay em có dự định làm gì không?

Susan:	A lô.
Michael:	Chào Susan. Anh là Michael đây!
Susan:	Ô, chào anh Michael. Anh mạnh khỏe chứ?
Michael:	Ô, không tệ lắm. Này, tối thứ bảy em có dự định làm gì không vậy?
Susan:	Không, chẳng có gì đặc biệt lắm đâu. Chi vậy anh?
Michael:	Ơ, em có (cảm thấy) muốn đi dự buổi khiêu vũ nhạc máy không?
Susan:	Ô, ý kiến tuyệt vời đấy.
Michael:	Tốt lắm. Thế trước hết mình sẽ dùng món "pi-sơ" được không nào?
Susan:	Tất nhiên, sao lại không cơ chứ? Anh muốn hẹn ở đâu nào?
Michael:	Anh đến đón em tại nhà không được à?
Susan:	Được chứ. Mấy giờ nào?
Michael:	Bây giờ được không em?
Susan:	Được. Vậy hẹn gặp anh lúc bảy giờ nhé!
Michael:	Đúng thế. Giờ thì tạm biệt nhé.
Susan:	Tạm biệt.

❏ VOCABULARY: (and WORD ENRICHMENT)

Invitation /invi'tei∫n/ (n) = sự mời, sự cám dỗ.

Letter of invitation = thư mời.

Invitation card = thiếp mời.

Ex: - Admission is by *invitation* only.
Chỉ được vào khi có thư mời mà thôi.
- An open window is an invitation to burglars.
Cánh cửa sổ mở là một sự cám dỗ đối với kẻ trộm.

To invite /in'vait/ = mời mọc (sb. to / for sth.)

To invite somebody for /to dinner /to have dinner = mời ai dự cơm tối.

To invite sb. home /to one's house = mời ai đến nhà chơi.

Ex: "Are you coming to Jane's party?"
-"No, I haven't been invited."
"Chị có định đi dự tiệc của Jane không?" -"Không, tôi không được mời."

To accept /ək'sept/ = chấp nhận, đáp lại (lời mời).

Ex: - He offered her a lift and she accepted (it).
Chàng đã mời nàng đi chung xe và nàng đã chấp nhận.
- He accepted blame for the accident.
Hắn đã nhận lỗi gây ra tai nạn.

Acceptance /ək'septəns/ (n) = việc chấp nhận.

Acceptable (adj.) = có thể chấp nhận được.

Ex: - Is our request acceptable to you?
Các vị có thể chấp nhận lời yêu cầu của chúng tôi không?

21

Accépted (adj.) (Business/ banking) = đã được nhận thanh toán.

Ex: an accepted bill = hối phiếu đã được nhận thanh toán.

To *decline* /di'klain/ = to refúse (polítely) = từ chối (lễ độ).

Ex: I invited her to join us but she declíned.

Tôi đã mời nàng nhập bọn với chúng tôi nhưng nàng từ chối khéo.

Excuse /ik'skju:s/ (n) = sự xin lỗi, sự tha thứ.

Ex: There is no excúse for such behéviour.

Một hành vi như thế không tha thứ được.

To make an excúse = xin lỗi.

Ex: He makes an excuse for being late.

Anh ta xin lỗi về việc đi trễ.

Bowling /'bəulin/ (n) = môn Bâu-linh (lăn bóng vào những chai gỗ dàn hàng ngang ở một khoảng cách xa sao cho chai ngã xuống hết là thắng.)

To *go for a drive* = đi ngoạn cảnh bằng ô tô.

to *clean-up* = thu dọn, sắp xếp cho ngăn nắp.

Special /'speʃl/ (adj.) = partícular (đặc biệt).

Ex: What is your special interest?

Mối quan tâm đặc biệt của bạn là gì?

Specialty (n) = món đặc biệt (US) = speciality (UK) = đặc sản = special.

Ex: Our today's specialty is fried frog with butter.

Món đặc biệt của chúng tôi trong ngày hôm nay là ếch chiên bơ.

Lacquerware /'lækəweə/ is the specialty of this district. (Đồ sơn mài là đặc sản của huyện này.)

Specialist /'speʃəlist/ (n) = chuyên gia = éxpert.

Ex: He is a specialist in plastic surgery.

Ông ấy là một chuyên gia về khoa giải phẫu thẩm mỹ.

to specialize /'speʃəlaiz/ = chuyên về, nổi bật về.

Ex: - What department do you specialize in?

Chị chuyên về khoa nào?

- Our enterprise specializes in making leather products of all kinds.

Xí nghiệp chúng tôi chuyên chế tạo sản phẩm đủ loại bằng da thuộc.

Disco /'diskəu/ = discotheque /'diskətek/ (n) = câu lạc bộ khiêu vũ nhạc máy.

Ex: Is there a good disco around here?

Ở gần đây có câu lạc bộ khiêu vũ nhạc máy nào hay không?

pizza /'pi:tsə/ = món pi-sơ (món ăn nổi tiếng của Ý gồm bánh bột mì phết khoai tây, phô mai, cá mòi đem nướng)

To pick s/b up = đón ai (lên xe).

Ex: - It's unwise to pick up a stranger on the highway.

Đón một người lạ lên xe trên xa lộ là điều chẳng khôn ngoan chút nào.

- Be sure to pick me up at five.

Nhớ đón em lúc 5 giờ.

So long /səu lɔŋ/ = lời tạm biệt thân mật.

To suggest /sə'dzest/ = to recomménd = đề nghị, giới thiệu.

Ex: - She suggests a trip to Đàlạt.

Nàng đề nghị 1 chuyến du ngoạn Đà Lạt.

- Which magazine would you suggest to me?

Bạn đề nghị tôi nên đọc tạp chí nào?

Suggestion /sə'dzestʃən/ (n) = lời, sự đề nghị.

Ex: I want suggéstions about what to do today.

Tôi cần những lời đề nghị về những việc phải làm hôm nay.

Gee /dzi:/ (inter.) = gee-up! = Jesus /'dzi:zəs/

= Chúa ơi!

I can't make it (colloquial) = I can't come = tôi không đến được.

    Ex: We're glad you all could make it.

        Chúng tôi mừng vì tất cả các bạn có thể đến được.

May be we can do it some other time then = có lẽ chúng ta có thể thực hiện điều ấy vào lúc khác vậy.

To set the time = to adjust the time = điều chỉnh, lấy lại giờ.

To set the place = ấn định địa điểm.

To wonder /'wʌndə/ = to ask oneself = tự hỏi.

To go skiing = đi trượt băng.

Weekend /'wi:kend/ (n) = dịp cuối tuần.

To be afraid /ə'freid/ = e rằng, sợ rằng.

    Ex: I'm afraid I can't help you.

        Tôi e rằng tôi không thể giúp bạn được.

To be afraid of s/b or s/th = sợ ai, sợ cái gì.

    Ex: She's afraid of mice but her husband is afraid of her.

        Bà ta sợ chuột nhưng chồng bà ta thì lại sợ bà ta.

Station /'steiʃn/ (here means Railroad Station) = Nhà ga.

Broadcasting station = đài phát thanh.

Gas station = filling station (US) = trạm xăng.

Police station = đồn công an, bót cảnh sát.

What time would be good (=convénient) *for you?*

    Giờ nào thì thuận tiện cho ông ạ?

Restaurant /'restərənt/ (n) = nhà hàng.

To call up = to télephone s/b = to ring = gọi điện thoại, gợi lại.

    Ex: - Call me up this afternoon, OK?

        Gọi lại cho tôi chiều nay được không?

    - The young girl called up the image of her late mother.

        Cô thiếu nữ đã gợi lại hình ảnh người mẹ đã mất của nàng.

Date /deit/ (n) = cuộc hẹn hò, ngày tháng.

Date book (n) = sổ ghi hẹn.

    Ex: - What is today's date?

        Hôm nay ngày mấy?

    - I have a date with her tonight.

        Tối nay tao có hẹn với nàng.

Appointment /ə'pɔintmənt/ (n) = cuộc hẹn (công việc).

To circle /'sɜ:kl/ = khoanh tròn, đi vòng tròn.

    Ex: - The plane circled the airport before landing.

        Chiếc máy bay lượn quanh phi trường trước khi đáp.

    - He circles all the words he thinks are correct.

        Anh ta khoanh tròn tất cả những từ mà anh ta cho là đúng.

Response /ri'spɒns/ (n) = answer = câu trả lời, lời giải đáp, sự đáp ứng.

In respónse to your inquiry = để đáp ứng yêu cầu của quí ông.

To respond = đáp lại, hồi âm = to reply, to answer.

Bridge /bridz/ (n) = môn bài xì phé kiểu Mỹ (4 người chơi), cầu.

Whist /hwist/ (n) = môn bài giống như bài Bridge của Mỹ.

BÀI 7

Nhà bưu điện ở lối nào vậy?

Larry: Ơ, 'xin lỗi ạ. Tôi đang cố tìm nhà Bưu điện đây. Bà có thể giúp tôi được không ạ?

Người đàn bà: Nhà Bưu điện hả? Để tôi xem xem nào.

Ồ, đúng rồi. Ông cứ đi thẳng đến góc đường này. Quẹo trái và đi (thêm) một dãy phố cho đến khi ông đến đường Broadway. Quẹo phải trên đường Broadway. Nó nằm bên phía tay phải đường này vừa qua khỏi hiệu bán thực phẩm là tới. Ông không thể lạc được đâu.

Larry: Thế ạ. Đi thẳng đến góc đường. Quẹo trái rồi quẹo phải.

Người đàn bà: Đúng vậy.

Larry: Cảm ơn bà nhiều lắm.

Người đàn bà: Dạ không có chi đâu.

❏ VOCABULARY AND WORD ENRICHMENT:

Direction /di'rek∫n/ (n) = hướng đi.

Excuse me /iks'kju:z/ = párdon me /'pa:dn/ = xin lỗi.

I am not sure /∫ɔ:/ = tôi không chắc lắm.

Ex: If you are not sure how to do it, ask me.

Nếu cô không nắm chắc cách làm công việc đó thì cứ hỏi tôi nhé.

Stranger /streindʒə/ (n) = người lạ mặt.

Ex: I've met Tom before but his friend was a complete stranger to me.

Trước đây tôi đã gặp Tom rồi nhưng bạn anh ta là 1 người lạ hoàn toàn đối với tôi.

Parlor /'pa:lə/ (US) = parlour = cửa hàng phục vụ.

Ex: Beauty (ice-cream, funeral) parlor = cửa hàng phục vụ sắc đẹp (kem, mai táng)

Nightclub /'naitklʌb/ (n) = hộp đêm, phòng trà mở đêm.

Lane /lein/ (n) = hương lộ, đường ranh xe đi, đường chạy (TDTT).

Ex: - The farmers are carrying their crops along the lane.

(Những nông dân đang chở nông phẩm của họ trên hương lộ).

- Most superhighways have six lanes.

(Phần lớn xa lộ có sáu đường ranh cho xe chạy).

To go straight down (up) = đi xuôi (ngược).

just past /dʒʌst pa:st/ = vừa qua khỏi /just = simply.

Ex: Why not just wait and see what happens?

Tại sao lại không chỉ đợi xem chuyện gì sẽ xẩy ra?

Grocery store /'grəusəri stɔ:/ = hiệu bán thực phẩm = food store

Grocer /'grəusə/ (n) = người bán thực phẩm.

You can't miss it = Ông (bà) không thể lạc được đâu.

To miss /mis/ = lỡ, hụt, lạc, nhớ nhung.

Ex: - He shot at the bird but missed.
Hắn đã bắn con chim nhưng bắn hụt.

- The goal keeper just missed the ball.
Thủ môn mới bắt hụt quả bóng.

- If you don't hurry, you will miss the train.
Nếu em không nhanh lên, em sẽ lỡ chuyến xe buýt.

- Did you miss your kids?
Anh có nhớ các cháu nhà anh không?

You're welcome /'welkəm/ = Dạ không có chi.

It's the second right (left) = nó ở ngã tư thứ nhì quẹo phải (trái)

opposite /'ɒpəzit/ (adj) = đối diện.

Ex: - Her house is opposite mine = nhà nàng ở đối diện nhà tôi.

- We sat opposite each other across the table = chúng tôi ngồi đối diện nhau ở 2 phía bàn.

to get to = to reach = tới, đến.

Ex: Could you tell me how to get to the airport?
Cô có thể cho tôi biết cách nào đến được phi trường không?

Library /'laibrəri/ (n) = thư viện.

Movie theater /'mu:vi'θiətə/ = cinema = rạp chiếu phim

Theater /'θiətə/ (US) = theatre = rạp hát kịch.

Let me think for a moment /'məumənt/ = để tôi suy nghĩ 1 lúc xem.

Men's shop /menz ʃɒp/ = hiệu bán quần áo đàn ông.

Make a left (right) = quẹo tay trái (phải).

To cross /krɒs/ = băng qua = to go across, chạy qua.

Ex: - Don't let your child cross the street alone.
Đừng để con anh băng qua đường 1 mình.

- Two roads cross each other at the intersection.
Hai đường giao nhau ở ngã tư.

Across from /ə'krɒs frəm/ = ở phía bên kia đường từ.

Ex: - There's a gas station across from our school.
Có 1 trạm xăng ở phía bên kia đường tính từ trường chúng tôi.

To confirm /kən'fɜ:m/ = xác nhận.

Ex: - The rumours of the scandal were later confirmed.
Những tin đồn về vụ giật gân đó sau này đã được xác nhận là đúng.

- Please confirm your reservation = xin hãy xác nhận lại việc đặt vé trước của ông.

confirmation /kɒnfə'meiʃn/ (n) = sự xác nhận.

Ex: We're waiting for confirmation of our onward reservations
Chúng tôi đang đợi lời xác nhận về việc giữ chỗ trước cho thời gian sắp tới của chúng tôi.

To correct /kə'rekt/ = sửa lại, nói lại cho đúng.

Ex: Please correct my pronunciation if I go wrong.
Làm ơn sửa giùm cách phát âm của tôi cho đúng nếu tôi phát âm sai.

correction /kə'rekʃn/ (n) = sự sửa chữa.

corrective (adj) = uốn nắn, sửa chữa.

Ex: a corrective surgery for a deformed arm = cuộc giải phẫu để nắn lại cánh tay dị dạng.

As far as the police station = đi qua khỏi đồn công an.

25

You've got it = ông (bà) nắm được (hướng đi) rồi đó.

previous /'pri:viəs/ (adj) = trước đây.

Ex: - Who was the previous owner of this villa?

Ai là chủ nhân trước đây của ngôi biệt thự này?

- We had met on a previous occasion.

Chúng tôi đã gặp nhau trong 1 dịp trước đây.

certain /'sɜ:tn/ (adj) = nào đó, chắc chắn.

Ex: - A certain Miss Routh telephoned when you were out.

Một cô Routh nào đó đã điện thoại lúc anh đi vắng.

- I am quite certain that he was divorced.

Tôi hoàn toàn tin chắc rằng hắn ta đã bị ly dị rồi.

to mark /ma:k/ = ghi dấu.

Ex: The pirates marked the hiding place

of their loots carefully.

Bọn hải tặc đã đánh dấu nơi cất giấu của cướp được 1 cách cẩn thận.

stadium /'steidiəm/ (n) = sân vận động.

Ex: They are going to build some new stadiums for the coming Olympic Games

Họ dự định xây thêm vài sân vận động nữa cho Đại hội Ô lem pich sắp tới.

Route /ru:t/ (n) US: /rəut/ = lộ trình, lối đi

Ex: - The climbers tried to find a new route to the top of the mountain.

Những nhà leo núi đã cố tìm một lối đi mới lên tận đỉnh núi.

- He flew from Europe to Tokyo by the route across the Pole.

Ông ấy đã bay từ Châu Âu sang Đông kinh bằng lộ trình vòng quanh vùng cực.

BÀI 8

Em có thích nhạc jazz không nào?

Cathy:	Ơ này, anh vặn to lên chút xíu giùm được không?
Dick:	Tất nhiên rồi... em thích nhạc jazz hả?
Cathy:	Ô, vâng. Em thích lắm cơ.
Dick:	Thật vậy à? Anh cũng thế. Em thích loại nhạc jazz nào?
Cathy:	Ồ, đủ loại, nhưng nhất là loại tổng hợp cơ.
Dick:	Em thích loại nhạc jazz miền New Orleans không?
Cathy:	Cũng được, nhưng thực tình em không đến nỗi say mê nó lắm đâu.
Dick:	Anh cũng không. Anh thích loại nhạc êm dịu. Thế ban nhạc nào em ưa xem?
Cathy:	Ơ, em nghĩ em thích ban nhạc của Chuck Mangione nhất.
Dick:	Anh cũng thế. Anh nghĩ anh ta hết sẩy. Em có hay đi dự hòa nhạc không?
Cathy:	Tất nhiên rồi, nhưng em thích nghe đĩa hát hơn. Em không sao chịu nổi những đám đông chen lấn, xô đẩy nhau.
Dick:	Ừ. Anh hiểu ý em muốn nói gì rồi.

❏ VOCABULARY AND WORD ENRICHMENT:

To turn up (down) the cassette player = vặn máy cát-xét to lên (nhỏ xuống)

Ex: Please turn down the radio a little bit. I'm working on the report now.
Làm ơn vặn nhỏ ra-điô xuống 1 chút. Tôi đang làm bản báo cáo đây.

To turn up (idiom) = to appear (xuất hiện), to arrive (đến, tới), to find (tìm thấy).

Ex: - He turned up at noon.
Anh ta đến hồi trưa.
- She turned up her old photo among the books.
Cô ta đã tìm thấy bức ảnh cũ của mình trong đống sách.

To turn down (idiom) = to refúse (từ chối) to rejéct (bác bỏ)

Ex: The boss turned down their request for more money.
Ông chủ đã bác bỏ yêu cầu đòi thêm lương của họ.

Fusion /'fʃju:zn/ (n) mixed jazz = nhạc jazz tổng hợp.

Dixieland /'diksilænd/ (n) = (US: Dixie) = điệu nhạc Jazz chơi với tiết tấu nhanh, xuất xứ từ miền New Orleans (thành phố miền Đông nam Bang Louisiana, HK)

Mellow /'meləu/ (adj) êm dịu và trong sáng.

To be crazy about s/th /'kreizi/ = to be wildly excited say mê, phát điên lên vì

Ex: - He's crazy about pop music.
Nó say mê nhạc pốp.
- The kids went crazy when the clown appeared on stage.
Bọn trẻ vô cùng phấn khích khi chú hề xuất hiện trên sân khấu.

Favourite /'feivərit/ = (US: favorite) (n & adj) = ưa chuộng.

Ex: - These books are great favourites of mine.
Những quyển sách này là những quyển ưa chuộng nhất của tôi.
- Alexander Dumas is my favourite writer.
A-lếch-xan-đơ Đu mơz là nhà văn tôi thích nhất.

Terrific /tə'rifik/ (adj) = very great, éxcellent = hết sảy, tuyệt, extréme = cực độ, **kinh** hồn.

Ex: - You've just done a terrific job.
Anh vừa làm được một việc hết sảy.
- He always drives at a terrific speed.
Hắn ta luôn luôn lái xe với 1 tốc độ kinh hồn.

To stand /stænd/ = to endúre, to bear = chịu đựng

Ex: I can't stand your obstinacy any longer.
Tôi không thể nào chịu nổi tính bướng bỉnh của anh được nữa.

Mob /mɒb/ (n) = disórderly crowd = đám đông hỗn độn

Pushy /puʃi/ (adj) = jostling = chen lấn, xô đẩy.

To mean /mi:n/ = có ý nói, **định nói**, mang nghĩa.

Ex: - What does this word mean?
Từ này có nghĩa gì vậy?
- I don't know what you mean!
Tôi chả hiểu ý anh muốn nói gì.

Likes /laiks/ (n) = những sở thích ≠ *dislikes* = những điều không thích.

Ex: She has so many likes and dislikes that it's impossible to please her
Cô ta có quá nhiều sở thích và những điều không thích nên không thể nào chiều cô ta được.

To like = thích ≠ to dislike (không thích) // liking (n) = niềm thích thú, say mê.

Ex: - I have a liking for chocolate.

Tôi thích món sô-cô-la.

- What do you think of ...

Bạn có cảm tưởng gì về...

Super /'su:pə/ (adj.) = top = tuyệt đỉnh.

All right /'ɔ:lrait/ = OK = cũng được (không thích mà cũng chẳng ghét).

to hate /heit/ = ghét lắm, căm thù.

Ex: - She hates anyone watching when she's making up.

Cô ta ghét ai nhìn khi cô ấy đang trang điểm.

- I hate you.

Tôi thù ghét anh.

Hatred /'heitrid/ (n) = sự căm thù.

Ex: She looked at me with hatred.

Nàng nhìn tôi với ánh mắt căm thù.

Hateful (adj) = đang ghét.

Ex: A hateful person.

1 người đáng ghét.

Mathematics /mæθə'mætiks/ (n) = maths = môn toán học.

To agree with s/b about s/th = đồng ý với ai về việc gì.

Ex: I agree with you about that matter

Tôi đồng ý với anh về vấn đề đó.

to disagree /disə'gri/ = không đồng ý.

Ex: I'm sorry to disagree with your view point

Tôi rất tiếc không đồng quan điểm với anh.

Agreement (n) = sự đồng ý ≠ disagreement = không đồng ý.

Baseball /'beisbɔ:l/ (n) = môn bóng chày.

Exercising /'eksəsaiziŋ/ (n) = việc tập thể dục.

Jane Fonda /'dʒeinfɒndə/ (n) = tên 1 nữ diễn viên màn bạc Mỹ

The Rolling Stones /'rəuliŋ stəunz/ = tên 1 ban nhạc trẻ Anh

Frank Sinatra /'fræŋk 'sinətrə/ = tên 1 nam diễn viên điện ảnh Mỹ

The Beatles /'bi:tlʒ/ = tên một ban nhạc trẻ Anh

Hamburger /'hæmbə:gə/ = bánh mì nhân thịt băm.

Mystery story /'mistəri 'stɔ:ri/ = truyện huyền bí.

Mystery /'mistəri/ (n) = sự huyền bí.

Ex: - The disappearance of the ship is a mystery.

Sự biến mất của chiếc tàu là một sự bí mật.

Misterious /mi'stiəriəs/ (adj) = huyền bí, khó hiểu.

Ex: She gave me a mysterious look.

Nàng nhìn tôi với ánh mắt khó hiểu.

Sort like /sɔ:t laik/ = somewhat = hơi hơi.

Ex: That guy is sort of mad.

Gã kia hơi mát.

Sort /sɔ:t/ = kind, type.

Ex: You can buy all sorts of things in that store.

Bạn có thể mua mọi thứ trong cửa hiệu đó.

Rhythm and Blues /'riðəm ənd blu:ʒ/ = loại nhạc phổ biến mang âm điệu Blue.

Romance /'rəuməns/ (n) = love story = tiểu thuyết trữ tình.

Science fiction /'saiəns fikʃn/ (n) = truyện khoa học dã tưởng.

Westerns /'westə:n/ = truyện, phim cao bồi.

Historical novel /hi'stɒrikl nɒvl/ = tiểu thuyết dã sử.

Non-fiction story /nɒn'fikʃn stɔ:ri/ = truyện hiện thực.

Musicals /'mju:ziklz/ (n) = phim ca nhạc.

Horror movies /'hɒrə mu:viz/ (n) = phim kinh dị.

Love stories /lʌv 'stɔ:riz/ = chuyện tình.

Action pictures /'ækʃnpiktʃəʒ/ = phim chiến đấu.

Volley ball /'vɒlibɔ:l/ = môn bóng chuyền.

Basket ball /ba:skitbɔ:l/ (n) = môn bóng rổ.

Hockey /'hɒki/ (n) = môn khúc côn cầu.

Band /bænd/ (n) = ban nhạc.

Author /'ɔ:θə/ (n) = tác giả / copy right (n)

= tác quyền.

Team /ti:m/ (n) = đội, toán.

Preference /'prefrəns/ (n) = sự thích trội hơn.

    Ex: She has a preference for orange juice
        Cô ấy thích nước cam vắt hơn (những món uống khác).

To prefer /pri'fə:/ sth to sth else.

    Ex: I prefer beer to whisky
        Tôi thích bia hơn rượu uýt-ki.

To play cards = chơi đánh bài.

Item /áitəm/ (n) = mục, món hàng.

    Ex: - Meat, egg and cheese were three of the items in her shopping list.
        Thịt, trứng và pho mai là 3 món ghi trong danh sách mua hàng của bà ta.

- He reads an item about an UFO in the newspaper.

    Ông ta đọc 1 mục nói về 1 vật lạ trong không gian đăng trên báo.

Discussion /di'skʌʃn/ (n) =

    Ex : How to elíminate corrúption is a hot discussion.
        Làm thế nào để bài trừ tham những là một vấn đề thảo luận gay go.

To discuss /di'skʌs/ = thảo luận.

    Ex : The business partners discussed their plans for the coming year.
        Những thành viên có phần hùn trong hãng buôn đã bàn phương hướng cho năm tới.

film maker (n) = nhà làm phim

Bài 9:

Thế lúc đó anh đã làm gì nào?

Anne:	Anh sinh ra ở Los Angeles phải không nào?
Kewin:	Không, tôi sinh ra tại Chicago
Anne:	Ô, thế ạ?
Kewin:	Đúng thế, tôi đã lớn lên trong vùng ngoại ô, ở Wilmette, và rồi tôi dọn lên đây ở lúc tôi được mười bốn tuổi.
Anne:	Vậy ra anh đã theo học trường trung học (trường phổ thông) ở đây à?
Kewin:	Vâng, đúng thế. Tôi đã tốt nghiệp Trường Trung học Lincoln.
Anne:	Và rồi anh lên đại học phải không?
Kewin:	Không, không hẳn là vậy. Trước hết tôi đã sang Châu Âu.
Anne:	Ô, đi du lịch à?
Kewin:	Ơ, vâng, và tôi cũng đã sinh sống ở Munich trong một thời gian.
Anne:	Lúc đó là lúc nào vậy?
Kewin:	Để tôi nhớ xem nào. Lúc đó cách đây khoảng mười một năm. Phải rồi, năm 1973 đấy.
Anne:	Và anh đã ở đó được bao lâu?
Kewin:	Được gần hai năm.
Anne:	Thế lúc đó anh đã làm gì nào?

❏ VOCABULARY and WORD ENRICHMENT:

To bear /beə/, **bore** /bɔː/, **borne** /bɔːn/ = sinh ra; mang

Ex: - She has borne him three sons and two daughters.

Nàng đã sinh cho ông ta ba đứa con trai và 2 đứa con gái.

- He was badly wounded in the war and still bears the scars.

Ông đã bị thương nặng trong chiến tranh và vẫn còn mang những vết thẹo.

As a matter of fact /əze ˌmætə əv fækt/ = trên thực tế.

Ex: - I have never loved him, as a matter of fact. I have only paid pity on him (Tôi chưa về yêu hắn ta, trên thực tế, tôi chỉ thương hại hắn ta thôi).

To grow /grəu/, **grew** /gruː/, **grown** /grəun/. **up** = lớn lên, nảy nở.

Ex: - She dreams to be a beauty queen when she grows up.

Cô bé mơ được trở thành 1 hoa hậu khi cô lớn lên.

- "Oh, grow up!' (Hãy làm người lớn xem nào!).

Suburb /'sʌbɜːb/ (n) = vùng ngoại ô.

Ex: I would rather live in the suburbs than in a city.

Tôi thà sống ở vùng ngoại ô hơn là sống trong thành phố.

To move /muːv/ = dọn, di chuyển; nhúc nhích, động đậy.

Ex: - They moved to another town two months ago.

Họ đã dọn đến một thành phố khác cách đây 2 tháng.

- Don't move! Otherwise, that fierce dog will bite you.

Đừng nhúc nhích, nếu không con chó dữ kia sẽ cắn bạn.

To travel /'trævl/ = du lịch, di chuyển.

Ex: - They have travelled all over the world.

(Họ đã đi du lịch trên khắp thế giới).

- Light travels faster than sound.

(ánh sáng di chuyển nhanh hơn âm thanh).

travelling /'trævliŋ/ (n) = vấn đề du lịch.

traveller /'trævlə/ (cn) = du khách.

for a while /hwail/ = trong 1 thời gian.

How long /hau lɔŋ/ = 1) bao lâu (thời gian); dài cỡ nào (chiều dài).

Ex: - Do you know how long this river is?

Bạn có biết con sông này dài bao nhiêu không?

- How long are you going to stay in this city?

Ông dự định ở lại thành phố này bao lâu?

To stay /stei/ = ở lại, lưu lại.

Stay (n) = việc ở lại // Extension of stay = việc gia hạn lưu trú.

Personal history /'pɜːsənl histri/ (n) = private life (đời tư).

Ex: Her personal history is quite a mystery to everybody.

Đời tư của nàng là cả một sự bí mật đối với mọi người

Cue /kjuː/ (n) = lời gợi ý, ám hiệu.

Ex: - when I nod my head, that's your cue to attack him.

Khi tao gật đầu thì đó là ám hiệu để chúng mày tấn công hắn

- Use the following cues to complete your composition.

Hãy dùng các gợi ý sau để hoàn tất bài luận của bạn

Right away /rait ə'wei/ (adv) = at once,

immédiately (ngay lập tức).

Ex: I'll go there right away (= at once).
Tôi sẽ đi đến đó ngay.

To role - play = đóng kịch.

To clarify /'klærifai/ = to make clear = làm sáng tỏ, làm cho dễ hiểu.

Ex: The statement made by the last witness helped to clarify the case.
(Lời khai của nhân chứng sau cùng đã làm sáng tỏ vụ án).

Uh-huh / əh-'həh/ (inter) = ừ, ờ.

To encourage /in'kʌridʒ/ = to give cónfidence or hope to (khuyến khích, động viên).

Ex: - Don't encóurage bad habits in a child.
Đừng làm cho trẻ nhiễm thói xấu.
- By redúcing consúmption tax, we will encóurage the prodúction of home goods.
Bằng cách giảm thuế tiêu thụ, chúng ta sẽ khuyến khích được việc sản xuất hàng nội địa.

En'couragement (n) = sự khuyến khích, sự động viên.

specific /spə'sifik/ (adj) = detailed, precíse and exáct = đầy đủ, gọn và chính xác.

Ex: Specific instructions = lời chỉ dẫn đầy đủ, gọn và chính xác.

Specifications /spesifi'keiʃnz/ = qui cách mẫu mã.

Up to now /ʌp tə nau/ = cho đến nay.

Ex: Up to now, his health condition has improved.
Cho đến bây giờ thì tình trạng sức khỏe của anh ta rất khả quan.

Instead of /in'sted əv/ (prep.) = thay vì.

Ex: Let's play chess instead of watching television.
Chúng ta hãy đánh cờ thay vì xem TV.

Instead (adv.) = để thay thế

Ex: We have no coffee, would you like tea instead? (Chúng tôi không có cà fê, ông dùng trà thay thế nhé?)

grade school = elementary school (trường tiểu học, cấp I).

to attend /ə'tend/ = theo (học) tham dự, phục vụ, điều trị.

Ex: - They attend school six days a week (chúng học 1 tuần 6 buổi).
- Which doctor is attending you? Bác sĩ nào đang điều trị cho cô?
- She has 3 maids to attend upon her = Bà ta có 3 cô hầu gái phục vụ cho bà ta.

To mix /miks/ = to combíne = trộn lẫn, phối hợp.

Ex: You can mix blue and yelow to make green.
Bạn có thể trộn màu xanh lơ và vàng thành màu xanh lục.

Mixture /'mikstʃə/ (n) = hỗn hợp = combinátion.

pattern /'pætə:n/ (n) = model = mẫu

Ex: He's a pattern of all the virtues.
Ông ta là biểu hiện cho mọi đức tính tốt.

career counselor /kə'riə 'kaunsələ/ (n) = cố vấn nghề nghiệp

Resume /'rezju:mei/ (n) = súmmary (lý lịch tóm tắt, tóm lược)

Ex: Give me a five-minute resume of his talk.
Hãy cho tôi bản tóm tắt buổi nói chuyện của ông ta trong 5 phút.

background /'bækgraund/ (n). = nền, bối cảnh, quá trình làm việc, hậu thuẫn.

Ex: - In order to understand the war, we must study its background (để hiểu về cuộc chiến, ta phải nghiên cứu bối cảnh của nó)
- He does not have the background for the work (anh ta không có kinh nghiệm trong công việc).

worksheet /'wə:kʃi:t/ (n) = bản khai, tờ khai.

Training /'treiniŋ/ (n). = việc huấn luyện.

To train /trein/ huấn luyện // trainée (n). = người tập huấn.

1 service training (n). = huấn luyện tại chức.

Degree /di'gri:/ (n). bằng cấp; độ; cấp bậc

Employment history /im'plɔimənt histri/ (n). quá trình làm việc.

Responsibility /ris'pɔnsə'biliti/ (n). = trách nhiệm.

Ex: The manufacturers disclaim all responsibility for damage caused by misuse.
Các nhà sản xuất trút hết trách nhiệm cho việc hư hỏng là do xử dụng không đúng qui cách.

To be responsible for = chịu trách nhiệm về.

Interview /'intəvju:/ = cuộc phỏng vấn.

Ex: The Prime Minister refused to give any interviews to journalists (vị thủ tướng đã từ chối bất kỳ cuộc phỏng vấn nào của những nhà báo)

Interviewer /'intəvju:ə/ (n) = người phỏng vấn.

False /fɔ:ls/ (adj) = wrong (sai), artificial (giả)

Opera singer /'ɔprəsiŋə/ (n). = ca sĩ nhạc kịch.

Swan lake /swɔn leik/ (n) = hồ thiên nga

Ohama /'əuhəmə/ (n) = một thành phố thuộc Bang Nebraska.

Nebraska /nə'bræskə/ (n). bang miền Trung Bắc Hoa kỳ.

To join /dzɔin/ = gia nhập, nhập bọn, nối, dán.

Ex: - The carpenter joined the two pieces of wood with glue.
Người thợ mộc đã dán hai mảnh gỗ vào nhau bằng keo.
- Would you like to join us? Bạn có thích nhập bọn với chúng tôi không?

Company /'kʌmpəni/ (n). = công ty, đại đội

Lead dancer /li:d dænsə/ (n). diễn viên múa trụ cột.

Asia /'eiʒiə/ (n). = Châu Á // Asian /'eizn/ (n). = người Châu Á.

South East Asia = Đông Nam Á

literature /'litrətʃə/ (n). = văn chương, văn học.

Ex: He's studying French literature.
Ông ta đang nghiên cứu văn chương Pháp.

after college /a:ftə kɔlidʒ/ (n). = sau đại học, cao học.

soldier /'səuldʒiə/ (n). = binh sĩ, chiến sĩ, người lính.

the First World War /fə:st wə:ld wɔ:/ = Đệ I thế chiến.

To publish /'pʌbliʃ/ = xuất bản

Ex: This literary work was published in 1960.
Tác phẩm văn chương này đã được xuất bản năm 1960.

publisher (n). = người xuất bản.

publishing house = nhà xuất bản.

collection /kə'lekʃn/ (n) = sự thu nhập, quyên góp; chuyến thu gom, bộ sưu tập.

Ex: He has got a valuable collection of stamps.
Ông ta có một bộ sưu tập tem quí giá.

lecturer /'lektʃərə/ (n) = diễn giả, báo cáo viên.

farewell /feəwel/ (n) = good bye = sự giã từ.

Ex: - Their farewell was very sad = cuộc chia ly của họ thật buồn.
- Farewell, my friends! = giã biệt các bạn!

Arms /a:mz/ (n) = weapons (vũ khí)

To rise - rose - risen = mọc, dâng lên, gia tăng.

Ex: - The river has risen a few meters.
Nước sông đã dâng lên vài mét.
- The cost of living continues to rise.
Giá sinh hoạt vẫn tiếp tục gia tăng.

To die of an illness = chết vì một căn bệnh.
Pulitzer Joseph /'pulitzə 'ʤəuzəf/ (n) = (1847-1911). Nhà báo Mỹ sinh tại Hung-ga-Ri

Pulitzer Prize = giải thưởng hàng năm tặng cho các tác phẩm văn chương và báo chí xuất sắc do Pulitzer sáng lập.

BÀI 10

Những mục linh tinh.

1. Bài đọc hỗn độn: một lời mời.

George Benedetto đang gọi điện thoại cho Karen Simmons để xin một cái hẹn. Các câu được sắp xếp hỗn độn. Hãy sắp xếp chúng lại cho có trật tự và viết mẫu đối thoại của họ trên một mảnh giấy. Sau đó, làm y hệt cho phần 2.

PHẦN I

Karen:

. Thứ bảy thì được. Anh muốn xem phim gì?

. Ồ vâng, tất nhiên, Mạnh giỏi không anh George?

. Đang nói đây.

. Ồ, tôi thích lắm George ạ, nhưng tôi e rằng thứ sáu này tôi bận mất rồi. Anh biết không, tôi đang theo 1 khóa học mà tối thứ sáu thì lại có giờ.

. A lô!

. Ồ vâng! Tôi mê những phim của Woody Allen lắm.

George:

. Ơ, có một phim mới do Woody Allen đóng tại rạp Bijou. Tôi nghĩ rằng phim đó sẽ vui nhộn lắm.

. Ồ, tệ quá đi thôi. À, chúng ta hẹn lại dịp khác vậy, thứ bảy được không nào?

. Alô, làm ơn cho tôi nói chuyện với Karen Simmons.

. Khỏe, cám ơn cô. Này Karen ơi, tôi không biết thứ sáu này cô có thích đi xem xinê không.

. Ồ, chào Karen. George Benedetto đây. Chúng ta đã gặp nhau trong bữa tiệc của Tom Peterson tuần trước. Cô còn nhớ không?

PHẦN I

Karen:

Nghe có vẻ lý thú đấy. Để tôi cho anh địa chỉ của tôi. Anh có cây viết đó không?

33

popular /'pɒpjulə/ (adj) = dễ mến, phổ biến, bình dân.

Ex: - John is one of the most popular boys in school.

(John là một trong những cậu bé dễ mến ở trường).

- Jogging is a popular form of exercise.

Môn thể dục chạy bộ là một loại hình thể dục phổ biến.

- The tickets were sold at popular prices.

Vé được bán với giá bình dân.

Popularity /pɒpju'lærəri/ (n). = tính bình dân, lòng cảm mến.

Ex: - His popularity among the working people remains as strong as ever.

Lòng cảm mến mà quần chúng công nhân dành cho ông ta vẫn mãnh liệt như ngày nào.

To make up =   1. to invent = chế ra, bịa, dựng lên.

2. to form = thành lập.

3. to pay for a loss = bồi thường thiệt hại

4. to become friends again = làm hòa.

5. to decide = quyết định

6. to dress = trang điểm

7. to prepare by mixing = pha chế.

Ex: - The whole story about her was made up.

Toàn bộ câu chuyện về nàng đều được bịa ra.

- Are all animal bodies   made up of cells?

Có phải tất cả cơ thể động vật được cấu tạo bởi các tế bào không?

- I'll make up for your losses.

Tôi sẽ bồi thường những thiệt hại cho bà.

- Children often quarrel, but they often make up.

Trẻ con thường hay cãi nhau, nhưng chúng cũng hay làm hòa.

- He made up his mind to work harder.

Anh ta đã quyết định, làm việc siêng năng hơn.

- She often makes up her face with cheap powder.

Bà ta thường hay đánh phấn lên mặt bằng thứ phấn rẻ tiền.

Ex: - Please make up this prescription for me.

Làm ơn pha chế (theo) toa thuốc này giùm tôi.

Activity /æk'tivəti/ (n). = hoạt động.

Ex: - When a man is over seventy, his time of full activity is usually past.

Khi người ta quá tuổi bảy mươi, quãng đời hoạt động sung mãn của ông ta thường trôi qua đi mất.

- My numerous activities leave me little leisure.

Vô số những hoạt động đã khiến tôi có ít thời giờ rỗi rảnh.

Appointment book (n) = sổ ghi hẹn.

Company /'kʌmpəni/ (n). = sự đồng hành, đi cùng.

Ex: - I shall be glad of your company on the journey.

Tôi sẽ vui mừng được đi cùng với bạn trong cuộc hành trình.

- He keeps good company with his co-workers.

Anh ta quan hệ thân thiện với tất cả đồng nghiệp của anh ta.

To part company = to separate = chia tay chấm dứt quan hệ.

Ex: - I was sorry to part company with such a fine guy.

Tôi đau lòng phải chấm dứt quan hệ với một anh chàng dễ mến như thế.

Event /i'vent/ (n). = incident = biến cố, sự việc, môn tranh tài

Ex: - There were so many events in the world last year.

Năm ngoái có quá nhiều biến cố trên thế giới.

- The Vietnamese athletes have taken part in many events in the 16th SEA Games.

Các vận động viên VN đã tham dự nhiều môn tranh tài tại Đông Nam Á Vận Hội/ lần thứ 16.

In the event of = in case of = trong trường hợp

Ex: In the event of a fire, you can use that fire exit.

Trong trường hợp xảy ra hỏa hoạn, bạn có thể xử dụng lối thoát cấp cứu kia.

In any event = bất cứ giá nào = at any rate.

Ex: I'll go there in any event.

Tôi sẽ đi đến đó dù bất cứ giá nào.

Eventful (adj) = đầy biến động.

Ex: That statesman has got an eventful life.

Vị chính khách đó có một cuộc đời đầy biến động.

In pairs /peəz/ = (thực hành) từng đôi một.

Ex: Cufflinks are always sold in pairs.

Cúc măng-xét luôn luôn được bán từng đôi một.

To be interested /'intrəstid/ *in s/b or s/th* = quan tâm đến ai hoặc cái gì.

Ex: - Are you interested in world affairs?

Anh có quan tâm đến tình hình thế giới không?

- I tried to tell her about it but she seemed not to be interested.

Tôi cố kể cho nàng nghe việc đó nhưng nàng dường như chẳng hề quan tâm.

culture /'kʌltʃə/ (n) = nền văn hóa // cultural (adj) = thuộc về văn hóa

Ex: Vietnam has an aged-old culture = Vn có 1 nền văn hóa lâu đời

Sightseeing /'saitsi:iŋ/ (n) = việc ngoạn cảnh.

To care for /keə fə/ = to like, to love = yêu thích

Ex: - I don't care much for opera.

Tôi không thích nhạc kịch lắm.

- She seems not to care for her daughter.

Dường như bà ta chẳng yêu thương con gái mình.

To care = quan tâm, màng tới

Ex: I don't care much for money.

Tôi chẳng màng tới tiền bạc nhiều.

care /keə/ (n) = sự chăm sóc, quan tâm.

Ex: You should give more care to your work.

Bạn nên quan tâm nhiều hơn đến công việc làm của bạn.

Tourist traps /tuərist træps/ (n) = bẫy lừa du khách (bán giá cắt cổ, móc túi, cướp giặt).

To mix with = to join in company with = hòa đồng với, sống trà trộn với.

Ex: He likes to mix with people.
Ông ta thích sống hòa mình với quần chúng.

worry /'wʌri/ (n) = nỗi lo âu.

Ex: Worry is bad for the health.
Lo âu làm tổn hai đến sức khỏe.

To worry about s/th = to be anxious = lo âu, bận tâm về.

Ex: They worried about their son's health.
Họ lo âu về sức khỏe của con trai họ.

To worry = to trouble (gây phiền muộn)

Ex: Don't worry me with your problems.
Đừng kéo tôi vào vòng phiền nhiễu vì những vấn đề của anh.

Though /ðəu/ (conj.) = mặc dù.

Ex: He won the race, though none of us had expected it.
Hắn đã thắng giải cuộc đua, mặc dù chả ai trong chúng tôi mong mỏi điều đó.

full of life (n) = tràn trẻ, đầy nhựa sống.

Ex: That child is full of life (= very healthy).

Thằng bé kia tràn đầy sinh lực.

To windowshop /'windəuʃɒp/ = đi ngắm hàng (không có ý mua sắm)

To spend - spent - spent = tiêu phí, tiêu khiển, trải qua.

Ex: - He spent his childhood in an orphanage.
(Anh ta đã trải qua thời thơ ấu của mình trong 1 viện mồ côi).
- She spends a lot of money this week.
Tuần này cô ấy tiêu nhiều tiền quá.

To wander /'wɒndə/ = đi lang thang, đi rảo.

Ex: - They were wandering aimlessly through the park.
Họ đi lang thang khắp công viên.

wanderer (n). = người, vật đi lang thang không chủ đích.

Guess game /ges geim/ (n) = trò chơi đoán.

to guess /ges/ = đoán, nghĩ, cho rằng.

Ex: - How old do you guess I am?
Anh đoán xem tôi bao nhiêu tuổi?
- I guess you're feeling tired after your journey.
Tôi nghĩ anh đang mệt sau chuyến đi của anh.

Century /'sentʃəri/ (n) = thế kỷ.

BÀI 11

Thế bà thích gọi món gì?

Maria:	Chị định dùng món gì hả Helen?
Helen:	Chỉ một chiếc bánh mì nhân thịt băm có pho-mai và khoai rán thôi. Thế còn chị?
Maria:	Tôi nghĩ tôi sẽ thích món rau xà-lách trộn thập cẩm. Vậy thì chúng ta gọi món ngay được rồi đó. Xin lỗi, chị phục vụ ơi!
Chị phục vụ:	Thưa bà vâng ạ. bà cần dùng chi ạ?

Maria:	Vâng, làm ơn cho chúng tôi gọi món ăn nhé.
Chị phục vụ:	Được ạ. Thế bà thích gọi món chi ạ?
Helen:	Cho tôi một bánh mì nhân thịt băm có pho-mai, chín vừa thôi với khoai rán.
Maria:	Làm ơn cho tôi một đĩa xà lách trộn thập cẩm nhé?
Chị phục vụ:	Một xà-lách trộn thập cẩm và một bánh mì nhân thịt băm có pho mai. Và bà thích dùng đĩa trộn với loại nước sốt gì ạ?
Maria:	Chị có những loại nào?
Chị phục vụ:	Kiểu ý, kiểu Pháp, kiểu Nga hay dầu dấm ạ.
Maria:	Tôi thích nước sốt kiểu Nga.
Chị phục vụ:	Bà đã nghĩ đến thức uống gì chưa ạ?
Maria:	Chị có trà đá không?
Chị phục vụ:	Rất tiếc, chúng tôi không có ạ.
Maria:	Ờ, vậy thì cho tôi một cà phê.
Helen:	Hãy cho hai cốc nhé.
Chị phục vụ:	Thưa Bà vâng. Bà gọi thứ chi khác nữa không ạ?
Miria:	Giờ thì không, cám ơn chị. Thế còn chị thì sao hả Helen?
Helen:	Cô làm ơn cho xin một ít cà chua thái miếng nhé?
Chị phục vụ:	Một phần gọi cà chua thái miếng. Được ạ, và tôi mang cà phê cho quí Bà ngay bây giờ phải không ạ?
Maria:	Vâng, phiền chị nhé.

❏ VOCABULARY AND WORD ENRICHMENT:

To express /ik'spres/ = diễn tả, biểu lộ.

Ex: The guests expressed their thanks to the hostess before leaving.

Những thực khách đã nói lời cám ơn của họ với nữ chủ nhân trước khi ra về.

Expression /ik'spreʃn/ (n) = sự / lời diễn tả.

Ex: She gave expression to her sadness. Bà ta đã thổ lộ nỗi đau buồn của mình.

Want /wɒnt/ (n) = món thích, nhu cầu = need.

Ex: - He is a man of few wants = ông ấy là một người có ít nhu cầu.

- All their wants were served by the host = Tất cả những món họ thích đã được chủ nhân phục vụ.

Cheeseburger /tʃiːzbə:gə/ (n) = Bánh mì nhân thịt băm kèm pho-mai.

Eggburger /'egbə:gə/ (n) = bánh mì nhân thịt băm kèm trứng ốp-la.

Boiled egg /bɔildeg/ (n) = trứng luộc.

Fried egg /fraideg/ (n) = trứng chiên (rán).

Stuffed egg /stʌfteg/ (n) = trứng nhồi (thịt).

toast /təust/ (n) = bánh mì nướng (lát).

Pancake /'pæŋkeik/ (n) = bánh ga tô (bông lan) nướng đều 2 mặt.

Pot of coffee /pɒtəv'kɒfiː/ = ấm, bình cà phê.

Bacon /'beikən/ (n) = thịt ướp muối hun khói.

Cocoa /'kəukəu/ (n) = bột ca-cao.

Cereal /'siəriəl/ (n) = ngũ cốc, mễ cốc.

Omelette /'ɒmlit/ (n) = trứng tráng.

French toast (n) = bánh mì nướng kiểu Pháp.

Scrambled egg /'skræmbld eg/ (n) = trứng rán, trứng chiên.

Waffle /'wɒfl/ = bánh ga tô nướng dòn (khuôn vuông).

Ham /hæm/ (n) = thịt đùi lợn muối.

Grapefruit /greipfru:t/ (n) = bưởi.

Tomato juice /tə'ma:təu/ (n) = cà chua.

Waiter /weitə/ (n) = bồi (Nam).

Waitress /'weitris/ = Bồi (nữ).

To order /'ɔ:də/ = gọi món ăn, đặt mua, ra lệnh.

well-done /weldʌn/ (adj) = chín nhừ.

Medium /'mi:diəm/ (adj) = vừa vừa, nửa tái nửa chín.

Rare /reə/ (adj) = tái.

Dressing /'dresiŋ/ (n) = nước sốt (để trộn vào rau xà lách)

Vinegar /'vinigə/ (n) = dấm.

Slice /slais/ (n) = một lát, một miếng dài.

sliced /slaist/ (adj) = được sắt thành lát, miếng.

Menu /'menju:/ (n) = thực đơn.

Today's specials /tə'deiz'speʃəlz/ (n) = những món đặc biệt trong ngày hôm nay.

Turkey platter /tɜ:ki'plætə/ (n) = Gà tây đĩa lớn.

Tender /'tendə/ (adj) = mềm (thịt); mảnh mai (nụ; mầm), đau rát (vết thương), dễ xúc động (con tim), dịu dàng (ánh mắt).

Ex: Tender meat, tender shoots, tender bruise, tender heart, tender look.

Tough /tʌf/ (adj) = thô bạo (trận thể thao), động (biển) bền bỉ (sức người), gian khổ nhọc nhằn (công việc), Cứng rắn (biện pháp).

Lean /li:n/ (adj) = nạc (thịt) ≠ fatty = mỡ (thịt).

giblet gravy /'dʒiblit greivi/ (n) = nước sốt lòng (chim, gà).

Giblets /dʒiblits/ (n) = lòng gà (chim): tim, gan cật...

Roast beef /rəustbi:f/ (n) = bò nướng (đút lò hay trên vỉ).

juicy /'dʒu:si/ (adj) = nhiều nước cốt.

Meat loaf /mi:t ləuf/ (n) = thịt bò bó giò rồi nướng.

Ground beef /graund bi:f/ (n) = thịt bò xay nghiền.

To fry /frai/ = chiên, rán.

crisp /krisp/ (adj) = dòn.

Ex: Crisp biscuits = bánh qui dòn.

To come with = to be served with = được phục vụ chung với.

Choice /tʃɔis/ (n) = sự lựa chọn.

Ex: - Make your choice = Xin quí vị tha hồ chọn lựa.
- What influenced you most in your choice of career?
Cái gì ảnh hưởng đến bạn nhiều nhất trong việc bạn chọn lựa nghề?

To choose /tʃu:z/ - chose /tʃəuz/ - chosen /'tʃəuzn/ = to pick out, to seléct = chọn lựa.

Ex: She has to choose between giving up her job or hiring a nanny.
Nàng phải chọn một trong hai, hoặc là nghỉ việc hoặc thuê một vú em.

Potato /pə'teitəu/ (n) = khoai tây.

Boiled potato (n) = khoai tây luộc.

Mashed potato /mæʃpə'teitəu/ (n) = khoai tây nghiền, tán.

Baked potato /beikt/ (n) = khoai tây nướng.

French Fries (n) = khoai tây rán (miếng to, vuông, dài) = chips (U.K). *Green pea* /gri:npi:/ (n) = đậu Hà lan, đậu tròn.

Carrot /'kærət/ (n) = Cà rốt.

Creamed corn /kri:mdkɔ:n/ (n) = ngô, bắp sốt kem.

Dessert /di'zɜ:t/ (n) = món tráng miệng.

Ice cream /aiskri:m/ (n) = kem.

Sherbet /'ʃɜ:bət/ (n) = nước trái cây giải khát nhôn nhốt (hơi chua không ngọt).

Chocolate pudding /'tʃɒklətpudiŋ/ (n) = bánh pu-đinh sô-cô- la.

Starter /sta:tə/ (n) = món khai vị.

Main course /mein kɔ:s/ (n) = món chính.

To specify /'spesifai/ = mô tả cụ thể, chi tiết.

Ex: The contract specifies that brick, not wood is to be used.
Bản hợp đồng ghi cụ thể rằng sử

dụng gạch, chứ không phải gỗ.

Available /ə'veiləbl/ (adj) = có sẵn, có thể mua hay xử dụng được.

Ex: - Tickets are available at the box office.

Vé có bán sẵn tại phòng vé.

- This is the only available room = đây là căn phòng duy nhất có thể xử dụng được.

Ginger ale /dʒindʒəeil/ (n) = nước giải khát có gừng.

Apple pie /æpl pai/ (n) = bánh nhân táo.

Cherry pie /tʃeri pai/ (n) = bánh nhân anh đào.

Peach pie /pi:tʃ pai/ (n) = bánh nhân đào.

Apple pie a-la-mode = bánh nhân táo phết kem.

Pineapple /'painæpl/ (n) = thơm, dứa, khóm.

Upside-down = đảo, trở mặt.

Vanilla /və'nilə/ (n) = va-ni.

Strawberry /'strɔ:bəri/ = dâu.

Lemon /'lemən/ (n) = chanh.

Extra plate /'ekstrəpleit/ (n) = một đĩa gọi thêm.

Ashtray /æʃtrei/ (n) = gạt tàn thuốc.

Ketchup /ketʃəp/ = nước sốt dấm cà chua.

I've had plenty = tôi dùng nhiều lắm rồi ạ.

Is there anything else I can get you? = tôi còn tiếp bạn được món chi khác nữa không? *Delicious* /di'liʃəs/ (adj) = ngon lành.

Ex: How delicious this dish is!

Món này ngon quá chừng!

Another helping = phục vụ thêm chút nữa, lần nữa.

Stuffing /'stʌfiŋ/ = phụ gia để nhồi (vào gà, vịt tiêm).

Cider /'saidə/ (n) = rượu táo.

Entrees /'entreiz/ (n) = món ăn đệm giữa món cá và món thịt (trong các tiệc trang trọng).

Sirloin steak /'sɜ:lɔin/ (n) = bí tết bò (thịt bắp đùi).

Veal cutlet /vi:lkʌtlit/ (n) = bê cốt lết.

Breaded /'bredid/ (adj) = (thịt hay cá) rắc bánh mì vụn lên.

Ham steak /hæmsteik/ (n) = bí tết đùi heo.

Glaze /gleiz/ (n) = Kem trang trí bánh.

pineapple (n) = khoanh dứa, thơm.

Fillet of sole /'filit əv səul/ (n) = cá biển cắt thành miếng nạc to.

To smother /'smʌðə/ = phủ một lớp đầy lên, làm tới tấp.

Ex: - That birthday cake is smothered in cream.

Chiếc bánh sinh nhật ấy được phủ một lớp kem đầy.

- She smothered her child with kisses = bà ta hôn đứa con mình như mưa.

To top /tɔp/ = đặt lên đỉnh, lên đỉnh, đạt đỉnh cao.

Ex: Ice cream topped with strawberries = kem điểm dâu lên trên.

Baked salmon /beikt'sælmən/ = cà hồi nướng.

Tangy anchovy sauce /tæŋgi'æntʃəvi sɔ:s/ (n) = nước sốt cá mòi có gia vị nồng.

To garnish /'ga:niʃ/ = tô điểm, trang trí (món ăn).

Parsley /'pa:sli/ (n) = ngò.

Halibut creole /'hælibət'kri:əul/ (n) = món cá bơn trộn.

Zesty sauce = nước sốt có hương vị thơm nồng.

Onion /'ʌniən/ (n) = hành tây.

Green pepper /gri:npepə/ (n) = ớt xanh.

pepper /'pepə/ (sing) = tiêu.

Garlic /'ga:lik/ (n) = tỏi

Roll /rəul/ = bánh mì tròn.

BÀI 12

Từ dạo đó đến nay chị vẫn khỏe chứ?

Diana:	Jackie ơi!
Jackie:	Diana! Đã lâu lắm rồi không gặp chị. Từ dạo ấy đến nay chị vẫn khỏe chứ?
Diana:	Khỏe, khỏe lắm. Còn chị?
Jackie:	Chúa ơi! Gặp lại chị quả thật là tuyệt. Còn Ted có khỏe không nào?
Diana:	Ồ, anh ấy khỏe. Chị biết Ted đấy - lúc nào cũng bận rộn - Không ở cơ quan thì cũng ở sân đánh gôn.
Jackie:	À này, chị đã nghe chuyện về Rita chưa?
Diana:	Chưa. Chị ấy làm sao thế?
Jackie:	Ơ, chị ấy đòi được ly dị.
Diana:	Thật vậy à! chuyện xảy ra hồi nào thế?
Jackie:	Ồ, khoảng cách đây hai tuần.
Diana:	Nghiêm trọng nhỉ. Còn Bob, anh ấy làm gì rồi?
Jackie:	Ơ, tất nhiên anh ấy đi ở nơi khác rồi. Giờ này thì anh ấy đang ở một khách sạn nào đó.
Diana:	Cha, tệ quá nhỉ! Này, tôi muốn được nghe thêm, nhưng thực tình tôi phải đi thôi. Tôi trễ hẹn mất rồi. Tôi có thể gọi điện cho chị được không nào?
Jackie:	Tất nhiên là được. Ơ, sẽ nói chuyện với chị sau vậy. Ồ, cho tôi gởi lời thăm Ted nhé.
Diana:	Tôi sẽ nói. Tạm biệt nhé!

❏ VOCABULARY AND WORD ENRICHMENT:

I haven't seen you for ages (= for quite a long time) = đã lâu lắm rồi tôi không được gặp chị.

golf course /'gɒlfkɔːs/ (n) = sân chơi gôn.

No kidding! = nghiêm chỉnh, không đùa, hèn nào!

Awful /'ɔːfl/ (adj) = térrible = khủng khiếp.

Ex: - What awful weather!

Thời tiết sao khủng khiếp quá đi thôi!

How's everything? = mọi chuyện ra sao rồi?

Can't complain /kəm'plein/ = tuyệt vời, chả phàn nàn gì đâu.

Ex: - What was the weather like on your holiday?

- Oh! I couldn't complain.

- Hôm anh đi nghỉ lễ thời tiết ra sao?

- Ồ! không thể phàn nàn điều gì được.

40

How's Ted getting along? = lúc này Ted sinh sống ra sao rồi?

Close friend = bạn thân.

Gossip /'gɒsip/ (n) = chuyện gẫu, chuyện phiếm, chuyện tào lao.

Ex: Don't believe all the gossip you hear.
Đừng tin những chuyện tào lao mà bạn nghe.

Gossiping /'gɒsipiŋ/ (n) = việc nói chuyện gẫu.

To gossip /'gɒsip/ = chuyện vãn.

Ex: I can't stand here gossiping all day.
Tôi không thể đứng đây mà chuyện vãn suốt ngày được.

No fooling! = Đừng nói chuyện điên rồ nhé!

You don't say! = chị không nói quá nhé!

To run away from = bỏ nhà ra đi.

get engaged /in'geidʒd/ = làm đám hỏi, đính hôn.

Ex: - They've just got engaged.
Họ vừa đính hôn.

Engagement (n) = sự đính hôn.

to get a promotion /prə'məuʃn/ = được thăng chức.

To promote /prə'məut/ = thăng chức.

Ex: She's just been promoted.
Cô ấy vừa được thăng chức.

To react /ri'ækt/ = phản ứng lại, đáp lại, tác dụng.

Ex: - He reacted to my question with surprise.
Hắn phản ứng lại câu hỏi của tôi bằng vẻ ngạc nhiên.

- When meat prices increased, consumers reacted by buying fish.
Khi giá thịt gia tăng, người tiêu dùng phản ứng lại bằng cách mua cá.

positively /'pɒzətivli/ (adv) = một cách tích cực, khẳng định.

Negatively /'negətivli/ (adv) = một cách phủ nhận.

I have to get going = tôi phải đi đây.

Give my best to Ted = cho tôi gởi lời chúc tốt đẹp nhất đến Ted.

To send regards /ri'ga:dʒ/ = gởi lời thăm trân trọng.

Folks /fəuks/ (n) = relatives = (US: parents) thân nhân; countrymen = đồng bào.

Ex: - Have you ever met my folks?
Anh đã gặp bố mẹ tôi lần nào chưa?

- Folks around here are very friendly.
Dân ở đây rất thân thiện.

Folksong /'fəuksɔŋ/ (n) = bài hát dân ca.

Folklore /'fəuklɔ:/ (n) = ca dao.

Gee /dʒi:/ = Jesus /'dʒizəs/ = Chúa ơi! Giê-su ma!

Spouse /spauz/ (n) = người phối ngẫu: vợ hay chồng.

BÀI 13

Người đó trông ra làm sao?

Người phụ nữ:	Thầy cảnh sát ơi! Thầy cảnh sát ơi!
Viên chức CS:	Thưa Bà vâng ạ.
Người phụ nữ:	Có kẻ vừa lấy ví xách của tôi! Tiền của tôi, các thẻ tín dụng của tôi - Mọi thứ đều mất hết cả rồi.

Viên chức CS:	Được rồi! Bà hãy bình tĩnh một chút xem... Rồi, bây giờ thì hãy nói xem người đó trông ra làm sao?
Người phụ nữ:	Hắn thuộc loại người cao và gầy.
Viên chức CS:	Cao khoảng bao nhiêu nào?
Người phụ nữ:	Dạ khoảng 1m90.
Viên chức CS:	1m90. Và hắn nặng khoảng bao nhiêu?
Người phụ nữ:	Tôi không chắc lắm. Có lẽ khoảng 70 ki-lô.
Viên chức CS:	Và hắn trạc độ bao nhiêu tuổi?
Người phụ nữ:	Ồ, hắn khá trẻ - trong lứa tuổi vị thành niên, tôi nghĩ khoảng ... 16, 17 gì đó.
Viên chức CS:	Còn tóc hắn màu gì?
Người phụ nữ:	Màu hung hung, dài và thẳng.
Viên chức CS:	Còn mắt thì sao?
Người phụ nữ:	Tôi không biết nữa. Chuyện đã xảy ra quá nhanh mà.
Viên chức CS:	Vâng, tất nhiên rồi. Thế hắn mặc đồ gì?
Người phụ nữ:	Quần "Jin" và áo thun liền vai. Ơ, và một áo khoác bằng vải bông dày.
Viên chức CS:	Được rồi, và bây giờ thì hãy kể cho tôi nghe về chiếc ví xách của bà. Nó trông ra làm sao?
Người phụ nữ:	Ơ, nó màu nâu đậm, và có một quai đeo.
Viên chức CS:	Nó được làm bằng gì?
Người phụ nữ:	Dạ bằng da thuộc.
Viên chức CS:	Được rồi, bây giờ thì tôi cần đến tên và địa chỉ của bà.

❏ VOCABULARY AND WORD ENRICHMENT:

Credit card /'kreditka:d/ (n) = thẻ tín dụng.

credit cooperative /kəu'ɒpərətiv/ = hợp tác xã tín dụng.

Letter of credit (L/C) = tín dụng thư.

Calm down = hãy bình tĩnh.

to weigh /wei/ = cân nặng.

Ex: She weighed herself on the pharmacy scales

Bà ta cân mình trên chiếc cân trong nhà thuốc tây.

Weight /weit/ (n) = trọng lượng, sức nặng.

Gross weight /grəus weit/ (n) = trọng lượng gộp (cả bì).

Net weight (n) = trọng lượng tịnh (trừ bì).

around /ə'raund/ (prep.) = about = vào khoảng.

In his midteens = at the age between 15 and 17 = tuổi vị thành niên.

Blond /blɒnd/ (adj) = màu hung hung (vàng lợt)

Blonde (n) = cô gái tóc hung.

Denim vest = áo vét bằng vải bông dày.

Shoulder strap /ʃəuldə stræp/ (n) = quai đeo trên vai.

To be made of = làm bằng.

Ex: What is your watch band made of? Sợi dây đồng hồ của bạn được làm bằng gì vậy?

To describe /di'skraib/ = mô tả.

Description /di'skripʃn/ (n) = sự/lời mô tả

Ex: She is beautiful beyond description. Nàng đẹp quá diễn tả cũng chưa đủ.

Descriptive /di'skriptiv/ (adj) = thuộc về miêu tả.

Fairly = pretty = kind of = sort of = rather = khá.

He was average height and weight = Hắn có chiều cao và sức nặng trung bình.

Procedure /prə'si:dʒə/ (n) = thủ tục, thể lệ.

To convert /kən'vɜ:t/ = chuyển đổi / *cónvert* (n) = người đổi tôn giáo.

Ex: - Britain convérted to a décimal currency system in 1971.
Anh Quốc đã chuyển đổi sang hệ thống tiền tệ theo thập phân năm 1971.

Conversion /kən'vɜ:ʃn/ or /-ʒn/ (n) = sự chuyển đổi.

Converter /kən'vɜ:tə/ (n) = máy đổi dòng điện (AC DC)

To multiply /'mʌltiplai/ = nhân.

Ex: - You can make 12 by multiplying 2 and 6 or 4 and 3 together.
Bạn có thể có đáp số 12 bằng cách nhân 2 với 6 hay 4 với 3 với nhau.

multiplication /mʌltipli'keiʃn/ (n) = con tính nhân, bội số.

Ex: - An organism that grows by the multiplication of its cells.
Một cơ quan tăng trưởng theo cấp số nhân của tế bào trong nó.

To round off /raundɒf/ = làm tròn, tính cho tròn.

Ex: In accóunting, you can't round off a total number.
Trong ngành kế toán, bạn không thể làm tròn một tổng số.

Remainder /ri'meində/ (n) = thừa số (toán), phần, số còn lại.

Ex: - Divide 2 into 7, the answer is 3 with remainder 1.
Chia 7 cho 2, đáp số là 3 với thừa số là 1.

Brunette /bru:'net/ (n) = phụ nữ tóc nâu, da hơi ngăm.

Redhead /red hed/ (n) = phụ nữ tóc đỏ.

Curly /'kɜ:li/ (adj) = (tóc) quăn lọn.

Wavy /'weivi/ (adj) = (tóc) quăn dợn sóng.

Crew cut /kru:kʌt/ (n) = kiểu tóc đinh.

Afro /'æfrəu/ (adj) = (tóc) xoăn tít (kiểu dân châu phi).

Security guard /si'kjuərətiga:d/ (n) = người bảo vệ an ninh.

Luggage display /'lʌgidʒ dis'plei/ (n) = nơi trưng bày vali, túi xách.

Announcement /ə'naunsmənt/ (n) = sự/lời công bố, sự tuyên hôn.

annóuncer (n) = người tuyên bố.

to announce /ə'nauns/ = tuyên bố, thông báo.

Ex: - They will announce the names of the winners tonight.
Họ sẽ công bố tên của những người trúng giải vào tối nay.
- The sécretary stood at the door to announce the arrival of the visitor.
Cô thư ký đứng tại cửa để thông báo khách đến.

Lost and Found Department (n) = phòng cớ mất và tìm lại tài sản.

crime /kraim/ (n) = tội ác.

To commit a serious (minor) crime = phạm một tội nặng (nhẹ).

Ex: - Shoplifting is a minor crime.
Chôm đồ bán là một tội nhẹ.

criminal /'kriminl/ (n) = tội phạm hình sự / (adj) = thuộc hình sự.

Ex: Criminal offences = các tội hình sự.

Item /'aitəm/ (n) = món hàng, mục (báo).

value /'vælju:/ (n) = giá trị /*valuable* (adj) = có giá trị.

To notify /'nəutifai/ = to infórm = thông báo.

Ex: - We will notify you of her arrival.
Chúng tôi sẽ thông báo cho ông rõ lúc bà ta đến.

Notification (n) = sự thông báo.

BÀI 14

Anh đã từng sang Nhật Bản lần nào chưa?

Jack:	Anh đã từng sang Nhật Bản bao giờ chưa? Tôi định đi vào mùa Thu.
Ted:	Có, tôi đã ở đó mùa Hè vừa qua.
Jack:	Thật vậy à? Hãy kể cho tôi nghe đi. Nó ra làm sao?
Ted:	Ồ, thật là tuyệt diệu.
Jack:	Anh đã đi những đâu?
Ted:	Tokyo và Kyoto. Tôi chỉ ở đó có một tuần lễ rưởi thôi.
Jack:	Anh có cảm nghĩ gì về Tokyo?
Ted:	Lý thú, nhưng không quyến rũ lắm. Tất cả các tòa cao ốc đều xám và xấu. Và dĩ nhiên nó rất đông đúc.
Jack:	Thế còn Kyoto thì sao nào?
Ted:	Đó là một nơi hấp dẫn. Tôi thích Kyoto hơn nhiều. Nó nhỏ hơn Tokyo. Nó cũng chẳng đông đúc bằng. Và thông thường thì nó lý thú hơn.
Jack:	Sao vậy? Có gì ở đó để mà tham quan?
Ted:	Ở, có nhiều ngôi đền thờ đẹp và vài khu vườn thật nên thơ, và nó cũng có một cung điện cổ.
Jack:	Nghe có vẻ tuyệt diệu đấy - Nghe này, tôi cũng muốn mua một máy chụp ảnh. Anh nghĩ thành phố nào sắm hàng lý tưởng hơn?
Ted:	Tôi nghĩ là Tokyo. Nó có nhiều cửa hiệu hơn và việc chọn lựa cũng được rộng rãi hơn. Nhưng nó cũng đắt đỏ hơn đấy. Thực ra, có lẽ nó là thành phố đắt đỏ nhất trên thế giới.

❑ VOCABULARY AND WORD ENRICHMENT:

The fall /fɔːl/ = (UK - Autumn /ˈɒːtəm/) = mùa thu.

Attractive /əˈtræktiv/ (adj) = beautiful, fáscinating = quyến rũ.

  Ex: - She's got a very attractive body.
     Cô ấy có một thân hình thật hấp dẫn.

Attraction (n) = sự hấp dẫn, cuốn hút, sức hút.

  Ex: - I can't resist the attraction of the sea on a hot day.

Tôi không thể chống lại sức cuốn hút của biển vào 1 ngày nóng bức.

To attract /əˈtrækt/ = hút, hấp dẫn.

  Ex: - Bright lights always attract moths.
     Ánh sáng điện luôn luôn hấp dẫn loài mối (kiến cánh).

Exciting /ikˈsaitiŋ/ (adj) = Interesting = hấp dẫn, hào hứng.

  Ex: The world cup-final we saw last Sunday on TV was very exciting.
     Trận bóng đá chung kết đoạt cúp thế

giới mà chúng ta đã xem trên TV chủ nhật vừa rồi thật là hào hứng.

Excitement /ik'saitmənt/ (n) = sự phấn khích, hào hứng.

Ex: The news caused great excitement to everybody.

Tin đó đã mang lại niềm phấn khích cho mọi người.

to excite /ik'sait/ = to aróuse = kích thích, gây phấn khởi.

Ex: The children were very excited by the pantomime.

Bọn trẻ vô cùng phấn khích vì vũ kịch cổ tích đó.

ugly /'∧gli/ (adj) = xấu xí, nguy hiểm.

Ex: - The princess fainted when she saw the ugly man.

Nàng công chúa ngất xỉu khi nàng trông thấy gã đàn ông xấu xí.

- He's an ugly customer

Hắn là một khách hàng nguy hiểm.

Crowded /'kraudid/ (adj) = đông đúc ≠ deserted = hoang vắng.

Ex: You must take the precaution against pickpockets while walking in a crowded street.

Bạn phải cảnh giác bọn móc túi trong khi đi trên 1 phố đông.

Fascinating /'fæsineitiŋ/ (adj) = attractive = say mê, hấp dẫn.

Fascination /fæsi'nei∫n/ (n) = sự say mê, cuốn hút.

Ex: - She has a fascination for movies.

Cô ta ghiền phim xi nê.

to fascinate /'fæsineit/ = làm say mê.

Ex: The children were fascinated by the toys in the shopwindow.

Bọn trẻ đã bị các món đồ chơi trong tủ kính cửa hàng cuốn hút.

temple /'templ/ (n) = ngôi đền thờ.

Imperial palace /im'piəriəl 'pælis/ (n) cung điện.

camera /'kæmərə/ (n) = máy chụp ảnh, (tắt) máy quay phim.

Selection /si'lek∫n/ (n) = sự tuyển chọn, tuyển tập (thơ, văn).

Ex: - The selection of a football team is very important.

Sự tuyển chọn một đội bóng đá rất quan trọng.

- Selections from the 19th century Vietnamese literature are sold in that store.

Các tuyển tập thi ca VN vào thế kỷ 19 được bày bán trong cửa hiệu đó.

to select /si'lekt/ = tuyển chọn.

Ex: - Who has been selected Beauty Queen?

Ai đã được bầu làm Hoa Hậu vậy?

probably /'prɔbəbli/ (adv) = may be (có thể).

Ex: She's late. She's probably stuck in a traffic jam.

Nàng đến muộn. Có thể nàng đã bị kẹt xe.

Past experience /pa:st iks'piəriəns/ (n) = quá trình.

to combine /kəm'bain/ = phối hợp

Ex: Hydrogen combines with oxygen to form water.

Khí hi-drô phối hợp với ô-xi thành nước.

combination /kɔmbi'nei∫n/ (n) = sự phối hợp.

Ex: - That firm is working on a new product in combination with some overseas partners.

Xí nghiệp đó đang phối hợp với vài hội viên chung vốn người nước ngoài để cho ra 1 sản phẩm mới.

Wrestling match /'restliŋ mæt∫/ (n) = trận đấu đô vật.

opinion /ə'piniən/ (n) = ý kiến.

Ex: - What is your opinion of our city?

Ý kiến của bạn về thành phố của

chúng tôi ra sao?

to be familiar /fə'miliə/ *with* = quen thuộc
với.

Ex: - I'm not familiar with technical terms
used in this field.

Tôi không quen với các từ kỹ thuật
được dùng trong lĩnh vực này.

subways /'sʌbweiȝ/ (n) = đường ngầm cho
khách bộ hành.

Downtown area /dauntaun'eəriə/ (n) = khu
trung tâm thành phố.

Transportation system /trænspɔ:'teiʃn sistəm/
(n) = hệ thống vận tải.

To transport /træns'pɔ:t/ = vận chuyển.

Ex: - Were the goods transported by plane
or by ship?

Hàng hóa được chuyên chở bằng
máy bay hay tàu thủy?

comfortable /'kʌmfətəbl/ (adj) = tiện nghi
uncomfortable = bất tiện.

Ex: - She made herself comfortable in an
armchair.

Bà ta ngồi thoải mái trong một
chiếc ghế bành.

Inefficient /ini'fiʃnt/ (adj) = vô hiệu quả,
lãng phí ≠ efficient (hữu hiệu).

Ex: - A car is less efficient for travel in
the plantation than a jeep.

Một chiếc ô tô ít hữu hiệu hơn
một xe jeep để đi lại trong đồn
điền.

helpful (adj) = hữu ích.

Ex: - She is always helpful to her mother.

Cô ấy luôn luôn có ích cho mẹ
mình (giúp mẹ được nhiều việc).

Shy /ʃai/ (adj) = xấu hổ, rụt rè, bẽn lẽn.
= timid.

Ex: - She was too shy to speak to him.

Nàng xấu hổ quá không dám nói
chuyện với chàng.

- Don't be shy!

Đừng có xấu hổ nhé!

Humid /'hju:mid/ (adj) ẩm thấp.

Humidity (n) = sự ẩm thấp, độ ẩm.

to humidify - to make damp = làm cho ẩm
ướt.

tasty /teisti/ (adj) = delicious (ngon miệng).

Ex: - This dish is very tasty

Đĩa thức ăn này ngon quá.

peaceful /'pi:sfl/ (adj) = yên tĩnh, thanh thản,
thái bình.

Ex: - A peaceful nation

Một quốc gia thái bình.

- A peaceful evening

Một buổi tối thanh thản.

- A peaceful death

Một cái chết bình thản.

truthfully /'tru:θfəli/ (adv)

truthful (adj) = honest, not lying (chân thật),
true (thật)

Ex: - His manner is very truthful.

Cử chỉ của ông ta rất chân thật.

- Her statement is truthful.

Lời khai của bà ta là thật.

to compare /kəm'peə/ = so sánh.

Ex: Nothing can be compared with a
mother's care towards her children.

Không gì có thể so sánh được với sự
chăm sóc của 1 bà mẹ với con mình.

comparison /kəm'pærisn/ (n) = sự so sánh,
sự ví von.

Ex: - The comparison of the heart to a
pump has often been made.

Người ta thường ví quả tim như
một cái bơm.

comparative /kəm'pærətiv/ (adj) = đối chiếu,
tương đối.

Ex: - They are living in comparative com-
fort.

Họ đang sống tương đối thoải mái.

topic /'tɒpik/ (n) = đề tài, chủ đề.

Ex: - Many topics have been discussed in
the last meeting.

Nhiều đề tài đã được đem ra thảo

luận trong phiên họp vừa qua.

to arise /ə'raiz/ = nảy sinh, phát sinh, nổi lên.

Ex: No sooner had they overcome a difficulty than another arose.

Họ vừa mới khắc phục được một khó khăn thì khó khăn khác lại nảy sinh.

To include /in'klu:d/ = bao gồm.

Ex: - Atténdance is not inclúded in the meal cost.

Tiền phục vụ không được tính vào giá bữa ăn.

- This book includes all his best poems.

Quyển sách này bao gồm tất cả những bài thơ hay nhất của ông ta.

Hometown /'həumtaun/ (n) = quê nhà.

Historical building /hi'stɒrikl bildiŋ/ (n) = tòa nhà lịch sử.

Art gallery /a:t gæləri/ (n) = phòng triển lãm nghệ thuật.

There is more choice = thoải mái chọn lựa hơn, có nhiều cơ hội chọn lựa hơn.

Entertainment /entə'teinmənt/ (n) = sự chiêu đãi, trò giải trí.

Ex: This hotel is famous for its entertainments.

Khách sạn này nổi tiếng nhờ những trò giải trí.

To entertain /entə'tein/ = chiêu đãi, vui đùa, giải trí.

Ex: - We entertained some friends for dinner yesterday.

Ngày hôm qua chúng tôi đã đãi cơm tối một vài người bạn.

- We were all entertained by his stories.

Tất cả chúng tôi đều ham thích những câu chuyện của ông ta.

to raise /reiz/ = to bring up (US) = nuôi nấng.

Ex: - It's difficult raising a family on a

small income.

Thật khó mà nuôi gia đình với mức lợi tức ít ỏi.

to produce /prə'dju:s/ = sản xuất, phát sinh.

Ex: - We must produce more food for ourselves and import less.

Chúng ta phải sản xuất thêm thực phẩm cho chính chúng ta và nhập khẩu bớt đi.

production /prə'dʌkʃn/ (n) = sự, nền sản xuất.

To speed up the production = đẩy mạnh sản xuất.

product /'prɒdʌkt/ (n) = 'produce = sản phẩm.

Ex: Vietnam's products are h'ghly evaluated in foreign markets.

Sản phẩm của VN được đánh giá cao trên thị trường nước ngoài.

Saudi Arabia /'sɔ:di ər'æbiə/ (n) = nước Á rập Xê - út.

The USSR /ju: ets ets a:/ = the Union of the Soviet Socialist Republics = Liên Bang Cộng Hòa XHCN Xô Viết.

Shanghai /'ʃæŋhai/ (n) = Thượng Hải (TQ).

Square mile /skweəmail/ = dặm vuông.

Metric ton /'metriktʌn/ = tấn (1000 ki lô).

Old timer = người cố cựu, người ở lâu năm trong 1 khu vực.

Jumbo /'dʒʌmbəu/ (adj) = unúsually large (to quá cỡ)

Ex: Jumbo-sized packet of detérgent.

Bịch xà bông bột loại to quá cỡ.

to broil /brɔil/ = quay.

Broiled /brɔild/ (adj) = quay.

Ex: Broiled chicken

gà quay.

chopped /tʃɒp/ (adj) = (sườn) chặt cục.

toasted /təustid/ (adj) = (bánh mì) nướng.

Sesame /'sesəmi/ (n) = vừng, mè.

Ring /riŋ/ (n) = khoanh tròn.

cole slaw /'kəulslɔ:/ (n) = cải bắp trộn.

Bun /bʌn/ (n) = bánh mì tròn, mềm.

Lettuce /'letis/ (n) = rau diếp.

pickle wedge /'pikl wedʒ/ (n) = dưa sắt cục ngâm dấm.

Junior Deluxe /dʒuːniədə'lʌks/ = cỡ vừa hảo hạng (xịn).

Melted cheese /'meltid tʃiːz/ (n) = pho-mai nóng chảy.

Bacon strip /'beikən strip/ (n) = thịt muối thái miếng dài.

Frankfurter grill /'fræŋkfɜːtəgril/ = xúc xích xông khói hấp.

Buttered finger roll = cuốn cỡ ngón tay chiên bơ.

Dill /dil/ (n) = rau thì là.   /wipt kriːm/

Beverage /'bevəridʒ/ (n) = thức uống giải khát.

Root beer /'ruːt biə/ (n) = loại thức uống ngọt có ga lấy từ tinh chất rễ cây.

Sanka /sænkə/ (n) = một loại nước ngọt.

Whipped cream /wipt kriːm/ = kem đánh nổi bọt.

order form /'ɔːdəfɔːm/ (n) = mẫu đặt hàng, món ăn.

Tax /tæks/ (n) = thuế.

V.A.T = Value-added Tax = thuế trị giá gia tăng.

Service Attendance /ə'tendəns/ (n) = tiền phục vụ.

tip (n) = tiền thưởng.

BÀI 15

Những mục linh tinh.

1. Đi ăn ở ngoài

Thực hành từng nhóm ba người và diễn lại tình huống này. Học sinh A và B là hai người bạn đang dùng cơm trưa với nhau. Hãy nhìn vào bản thực đơn và quyết định món mà mình định gọi. Sau đó thì gọi bồi (học sinh c) và người này sẽ ghi lại món bạn gọi (để có các từ thích hợp xin hãy ôn lại bài 11.)

2. Những điểm thời gian đã qua.

❏ VOCABULARY AND WORD ENRICHMENT

Shopping Plaza /ʃɒpiŋ 'plaːzə/ (n) = trung tâm mua sắm (US)

Cheerleader /'tʃiəliːdə/ (n) = người điều khiển cuộc vui, hoạt náo viên.

Prom queen /prɒm kwiːn/ = nữ hoàng khiêu vũ (tiệc ở đại học mỹ).

Nursing /'nɜːsiŋ/ (n) = khoa điều dưỡng.

Arab prince /'ærəb prins/ = ông hoàng Á Rập.

Captain /'kæptin/ (n) = đội trưởng, thủ quân

(bóng đá).

Staff /staːf/ (n) = ban tham mưu (trợ lý).

General Hospital /'dʒendrəl hɒspitl/ = bệnh viện đa khoa.

General practitioner /'dʒendrəl præktiʃənə/ = bác sĩ đa khoa.

Consultant /kən'sʌltənt/ (n) = bác sĩ chuyên khoa.

patient /'peiʃnt/ (n) = bệnh nhân.

Bruce Fraser /bruːs freizə/ = tên riêng (nam).

Marge Carmichael /ma:dʒ ka:'maikl/ = tên riêng (nữ).

Bookworm /bukwɔ:m/ = người say mê đọc sách, mọt sách.

To drop out: bỏ ngang, bỏ dở.

Ex: She had gotten a scholarship to Cambridge but dropped out a year later.

Cô ấy được học bổng vào đại học Cambridge nhưng năm sau thì bỏ dở.

Judy Silverstein /'dʒu:di'silvəstain/ = tên riêng (nữ)

Pianist /'piənist/ (n) = nhạc sĩ đàn dương cầm.

Juilliard /'dʒu:iliəd/ (n) = tên riêng.

Scholarship /'skɒləʃip/ (n) = học bổng.

To tour /tuə/ = du lịch vòng khắp / to go on tour = đi lưu diễn.

tourist /'tuərist/ (n) = du khách.

Debut /'deibju:/ = (US) /di'bju:/ (n) = lần trình diễn đầu tiên trước công chúng.

Record contract /'rekɔ:d 'kɒntrækt/ (n) = hợp đồng thu đĩa hát.

Chuck Robinson /tʃʌk 'rɒbinsn/ = tên riêng (Nam).

Senior /'si:niə/ (n) = trưởng, cao cấp, cao niên, kỳ cựu.

Ex: There are separate open mess halls for senior and junior officers.

Có phòng ăn riêng biệt cho sĩ quan cấp cao và cấp dưới.

Berkeley /'bə:kli/ (n) = tên riêng.

To be active /'æktiv/ = tích cực, năng nổ, chủ yếu, chủ động.

Politics /'pɒlətiks/ (n) = hoạt động chính trị, môn chính trị học.

To elect /i'lekt/ = to choose by vote = bầu.

Ex: He was elected to Congress last year.

Ông ta được bầu vào Quốc hội năm ngoái.

Election /i'lekʃn/ (n) = cuộc bầu cử.

Ex: In America, presidential elections are held every 4 years.

Ở Hoa Kỳ, các cuộc bầu cử tổng thống được tổ chức 4 năm một lần.

State senator /steit 'senətə/ (n) = thượng nghị sĩ tiểu bang.

Senate /'senit/ (n) = tòa thượng viện (HK).

Ex: Senate committee

Ủy ban thượng viện.

Sacramento /sækrə'mentəu/ (n) = tên thủ phủ của bang Ca li.

Mike Delaney /maik'deləni/ (n) = tên riêng (nam).

The Brain /brein/ = bậc thức giả, nhà thông thái.

Ph.D /pi eitʃdi/ = Doctor of philosophy = học vị phó tiến sĩ.

Home telephone /həum telifəun/ = điện thoại tư gia.

Business telephone /'biznistelifəun/ = điện thoại cơ quan.

Referred by /ri'fɜ:d bai/ = được đề cử bởi, được (ai) giới thiệu.

Ex: The patient was referred to the hospital by his general practitioner for further treatment.

Bệnh nhân đã được vị bác sĩ đa khoa của ông giới thiệu đến bệnh viện để được điều trị thêm.

to be hospitalized /'hɒspitəlaizd/ = được điều trị trong bệnh viện.

Ex: You must be hospitalized as soon as possible.

Bà phải được nhập viện càng sớm càng tốt.

To be allergic /ə'lɜ:dʒik/ to = bị dị ứng với...

Ex: - She's allergic to aspirin.

Bà ta dị ứng thuốc aspirin.

- Some people are allergic to seafood.

Một số người dị ứng với đồ biển.

Allergy /'ælədʒi/ (n) = sự dị ứng.

To have an allergy to certain drugs = bị dị ứng với loại dược phẩm nào đó.

Drug /drʌg/ (n) = thuốc men, ma túy.

Ex: - Paracetamol is a popular pain-relieving drug.

Paraxêtamôn là một loại thuốc giảm đau phổ biến.

- Anti-drug Detachment.

Biệt đội bài trừ ma túy (US)

Medical History /'medikl histri/ (n) bệnh sử.

Chicken pox /tʃikin pɒks/ (n) = bệnh thủy đậu.

Malaria /mə'leəriə/ (n) = bệnh sốt rét.

Measles /'mi:zlz/ (n) = bệnh sởi, ban đỏ.

Tuberculosis /tju:bɜ:'kjuləusis/ = bệnh lao.

check-up /tʃek əp/ (n) = việc khám sức khỏe tổng quát.

Flight /flait/ (n) = chuyến bay.

Dallas /'dæləs/ (n) = thành phố miền Đông Bắc bang Texas (HK).

Vacation /və'keiʃn/ (n) = ngày nghỉ (US) = holiday (UK).

Houston /'hjustn/ (n) = thành phố miền Đông Nam bang Texas (HK).

Aspen /'æspən/ (n) = tên địa danh.

Acapulco /akapulkəu/ (n) = bến cảng miền Tây Nam Mê Hi cô.

Fantasy /'fæntəsi/ (n) = sự hoang tưởng.

Fantastic /fæn'tæstik/ (adj) = hoang tưởng, kỳ diệu.

to relax /ri'læks/ = thư giãn, xả hơi, dưỡng

sức.

Ex: After a hard day's work, they relaxed by going to the movies.

Sau 1 ngày làm việc mệt nhọc, họ xả hơi bằng cách đi xem phim.

Relaxation /rilæk'seiʃn/ (n) = sự thư giãn, xả hơi.

to fish /fiʃ/ = câu cá.

Ex: I often fish (= go fishing) on holidays.

Tôi thường hay đi câu vào những ngày nghỉ.

Fishing (n) = môn câu cá.

Dangerous /'deindʒərəs/ (adj) = nguy hiểm.

Ex: It's very dangerous to leave your kids alone at home when you are away.

Để trẻ ở nhà một mình trong khi bạn đi vắng rất nguy hiểm.

Danger /ðeindʒə/ (n) = sự nguy hiểm.

Ex: Danger! high voltage current!

Coi chừng! Điện cao thế!.

Montreal /'mɒntriɔl/ = thành phố mạn Nam Quebec, Canada.

Ottawa /'ɒtəwə/ (n) = thủ đô của Canada.

Luxor /'luksɔ:/ (n) = tên một thành phố của Ai cập (trên bờ sông Nil).

Bản dịch nội dung băng (và từ vựng).
(Phần Listen to this)

BÀI 1	*(Trang 7)*

1.

A: Buổi họp lý thú quá, phải không ạ?

B: Vâng, rất có lý. Tôi cho rằng diễn giả sau cùng giảng thiệt hay.

A: À này, cho tôi được tự giới thiệu tên tôi là Thomas Bradley.

B: Xin chào anh. Tôi là Ted Nugent.

A: Xin lỗi. Xin nói lại họ của anh là gì nhỉ?

B: Thưa Nugent, N-U-G-E-N-T, nhưng cứ gọi tôi là Ted đi.

A: Được. Còn tôi là Tom.

B: Vui mừng được gặp anh.

A: Thế anh làm nghề gì hả Ted?

B: Tôi ấy hả? Tôi trong ngành kinh doanh ô-tô.

A: Bán hàng phải không nào?

B: Vâng, đúng thế! Thế còn anh thì sao?

A: Tôi làm việc cho công ty Hàng không Hoa Kỳ.

B: Ồ, thật vậy sao? Cụ thể thì anh làm gì ở đó nào?

A: Tôi thuộc phòng quản trị Nhân Viên (= Tổ chức).

2.

A: Ở đây nóng quá, phải không ạ?

B: Vâng. Quả đúng vậy.

A: Tôi ngồi đây có được không ạ?

B: Tất nhiên. Hãy cứ tự nhiên đi.

A: Cám ơn cô. À này, tên tôi là Bill Peters đấy.

B: Chào anh. Tôi là Susan Jackson.

A: Thú vị được gặp cô. Thế cô làm nghề gì vậy Susan?

B: Tôi là sinh viên tại Đại học UCLA.

A: Ồ, thế hả? Cô học khoa gì vậy?

B: Khoa Y.

A: Thật vậy à?

B: Vâng. Tôi muốn một ngày nào đó được trở thành bác sĩ. Thế còn anh?

A: Tôi là một kỹ sư. Tôi làm việc cho công ty Boeing. Này, cô uống một món gì đi nhé?

B: Tất nhiên rồi. Cám ơn anh.

3.

A: Bữa tiệc tuyệt quá, phải không ạ?

B: Tất nhiên rồi. Jane và Ted lúc nào cũng đãi những bữa tiệc tuyệt vời như thế.

A: Đây là lần đầu tôi đến. Tôi chỉ mới gặp Jane tuần trước thôi. Chị ấy và tôi dạy chung một trường.

B: Ô, thế ra anh làm thầy giáo cơ đấy?

A: Vâng, môn sử. Thế còn anh?

B: Tôi làm việc cho công ty GM

A: Công ty General Motors (ô tô tổng hợp) phải không nào?

B: Đúng vậy.

A: Anh làm gì ở đó?

B: Tôi làm nhân viên kế toán.

A: Ồ, thế đấy. À này, tôi tên là Bob Evans

B: Vui mừng được gặp anh. Tôi là Jim Taylor.

❏ **VOCABULARY**

Especially /ik'speʃəli/ (avd) = partícularly = đặc biệt là, nhất là.

Car business /ka:biznis/ (n) = ngành/ việc kinh doanh ô tô.

Salesman /'seílzmən/ = người đi chào hàng, người bán hàng.

Airlines /'eəlainʒ/ (n) = Airways = công ty Hàng không.

Really /riəli/? (adv) = thật vậy à?

Exactly /ig'zæktli/ (adv) = precísely = cụ thể, chính xác.

Personnel Department /pɜ:sə'neldi'pa:tmənt/ = phòng quản trị, nhân viên, phòng tổ chức.

Help yourself = make yourself comfortable = xin cứ tự nhiên.

Medicine / 'medsn = (US) /'medisn/ (n) = khoa y, thuốc men.

Ex: - Take the medicine I give you régularly.

Hãy uống thuốc tôi đưa cho anh một cách đều đặn.

- She is studying medicine.

Cô ấy đang theo học y khoa.

Say /sei / (Inter.) = này (văn nói)

Sure /ʃuə/ (adv.) = cértainly = tất nhiên rồi (UK): /ʃɔ:/.

Accountant /ə'kauntənt/ (n) = nhân viên kế toán.

Senior Accountant = Kế toán trưởng.

Ac'countancy (n) = Nghề kế toán.

Ac'counting (n) = Phòng kế toán.

Thomas Bradley /tɔməs brædli, Bill Peters /bil'pitəʒ/, *Ted Nugent* /ted'njudʒən/, Susan Jackson /suznə́dʒæksn/, *Boeing* /'bəuiŋ/.

BÀI 2 (Trang 14)

1.

Người đại diện: Xin chào ông. Ông cần chi ạ?

Người đàn ông: Vâng, tôi đang tìm một căn hộ- tôi cần hai phòng ngủ.

Người đại diện:	Được ạ. Xin mời ông ngồi. Cho tôi được hỏi ông vài câu ạ. Trước hết thì xin ông làm ơn cho biết quí danh ạ?
Người đàn ông:	Tên tôi là Donald Eakins
Người đại diện:	Xin ông đánh vần giùm họ của ông, ông Eakins ạ.
Người đàn ông:	Đó là E-A-K-I-N-S.
Người đại diện:	E-A-K-I-N-S. Tên Donald. Và xin ông cho biết địa chỉ hiện thời của ông, ông Eakins ạ.
Người đàn ông:	Số 1446 Đường Pine (cây Thông).
Người đại diện:	1446 Pine. Đường đó ở San Francisco phải không ạ?
Người đàn ông:	Vâng.
Người đại diện:	Ông có điện thoại không ạ?
Người đàn ông:	Có. Số 285-9807.
Người đại diện:	285-9807. Và ông có thể vui lòng cho biết nghề nghiệp của ông không ạ?
Người đàn ông:	Tôi làm người bán hàng (mậu dịch viên).
Người đại diện:	Thế đấy. Và tên cơ quan của ông ạ?
Người đàn ông:	Tôi làm việc cho cửa hàng Tổng Hợp Liberty House ... ở gian hàng bán đồ đạc.
Người đại diện:	Cửa hàng Tổng Hợp Liberty House. Tốt, và ông đang tìm một căn hộ có hai phòng ngủ phải không ạ?
Người đàn ông:	Đúng vậy.
Người đại diện:	Xin ông vui lòng đợi trong giây lát ạ. Tôi sẽ xem lại hồ sơ lưu của chúng tôi xem đã.

2.

Viên chức:	Xin mời vị kế tiếp. Chào ông. Xin ông cho xem thẻ nhập cảnh nhé?
Du khách:	Cái gì cơ?
Viên chức:	Thẻ vào đất liền của ông ấy mà. Ông có thẻ không?
Du khách:	Không. Tôi chả có thẻ gì hết.
Viên chức:	Thế ạ. Ơ, tôi e rằng ông cần có một thẻ như vậy. Đây này, hãy để tôi giúp ông. Trước hết, xin ông vui lòng cho biết họ của ông nhé?
Du khách:	Tên tôi ấy hả?
Viên chức:	Vâng. Họ của ông. Tên dòng họ của ông ấy mà, ông biết không?
Du khách:	À vâng. Rosenzweig.
Viên chức:	Xin lỗi ông chi ạ?
Du khách:	Rosenzweig.
Viên chức:	Ông có thể vui lòng đánh vần tên đó giùm tôi được không ạ?
Du khách:	R-O-S-E-N-Z-W-E-I-G
Viên chức:	R-O-S-E-N-Z-W-E-I-G. Và bây giờ thì tên của ông ạ?
Du khách:	Albrecht.
Viên chức:	Tôi rất tiếc, nhưng tôi e rằng ông sẽ phải đánh vần cả tên đó nữa đấy.
Du khách:	A-L-B-R-E-C-H-T.

BÀI 3

53

Viên chức:	Được rồi ạ. Thế còn nghề nghiệp của ông hả ông Rosenzweig? Ông làm nghề gì ạ?
Du khách:	Công việc làm của tôi ấy hả?
Viên chức:	Vâng.
Du khách:	Tôi là một nhà kinh doanh.
Viên chức:	Và ông sinh năm nào vậy? Ơ, ngày sinh của ông ấy ạ?
Du khách:	17 tháng sáu năm 1926.
Viên chức:	Ngày 17 tháng sáu năm 1926. Thế còn quốc tịch của ông ạ?
Du khách:	Xin lỗi chị ạ?
Viên chức:	Ông từ nước nào đến cơ?
Du khách:	Đất nước của tôi ấy à?... Áo.
Viên chức:	Thế ra ông là dân Áo, ÁO. Và lý do chuyến đi này của ông ạ? Tại sao ông lại đến Hoa Kỳ?
Du khách:	Sao ấy à? để thăm em trai tôi.
Viên chức:	Tốt. Và ông có định ở lại với em trai của ông không nào?
Du khách:	Ở lại với em trai tôi. Có chứ.
Viên chức:	Được rồi. Làm ơn cho biết địa chỉ của ông ta ông nhé?
Du khách:	Địa chỉ ấy à?
Viên chức:	Vâng. Địa chỉ của em trai ông ấy mà. Ông ấy sống ở đâu ạ?
Du khách:	Số 238 phía Đông Đường 82. Nữu Ước, Nữu Ước.
Viên chức:	Số 238 phía Đông Đường 82. Xong rồi đấy. Chúc ông ở lại vui vẻ... Xin mời vị kế tiếp nào.

❑ VOCABULARY:

Furniture Department /fɜ:nitʃə di'pa:tmənt/= gian hàng bán đồ đạc.

Liberty /'libəti/ (n)= freedom= nền tự do.

File /fail/ (n)= hồ sơ, bìa dựng hồ sơ.

Disembarkation /,disemba:'keiʃn/ (n)=

To disembark /,disim'ba:k/= to come ashore= lên bờ; to land= đáp xuống đất liền.

Ex: To disembark passengers from a plane.
Cho khách xuống phi cơ.

Reason /'ri:zn/= lý do.

Ex: There is reason to believe that she's innocent.
Có lý do để tin rằng cô ấy vô tội.

to reason= lý luận, suy luận.

Ex: Man's ability to reason makes him different from the animal.
Khả năng suy luận của con người làm cho anh ta khác với loài vật.

Have a nice stay!= Xin chúc việc ở lại được vui vẻ.

BÀI 3   (Trang 20)

1.

Và đây là cô em gái của tôi, Mary và cháu gái của tôi, Nancy. Nancy lên

54

năm và là con một. Lanh như thỏ ấy, Nó đọc lưu loát lắm, và lại khấu khỉnh nữa cơ!

Ồ, còn đây là cảnh chơi bóng chuyền. Ở bên phải đó là Bobby, thằng con trai của tôi. Năm nay nó lên mười bảy rồi. Năm tới là nó chuẩn bị lên đại học đấy. Khó lòng mà tôi có thể tin nổi thằng nhỏ nhà tôi lại sắp vào đại học cơ chứ!

Còn đây là Jack, ông xã nhà tôi chụp với Linda. Năm nay Linda nó lên mười sáu và nó rất ư là minh mẫn, được xếp một loạt hạng A1 ở trường. Nó muốn trở thành một bác sĩ và tôi nghĩ nó sẽ được toại nguyện. Chị còn nhớ lúc bọn con gái chúng mình muốn trở thành y tá còn bọn con trai muốn làm bác sĩ hay không? Mọi việc đã thật sự đổi thay kể từ khi tôi còn con gái.

Ồ, và rồi đến bức ảnh này nữa: Bố mẹ tôi đấy. Năm nay Bố tôi đã 66 rồi. Ông cụ mới về hưu năm ngoái, nhưng vẫn còn rất khỏe mạnh và ham hoạt động lắm. Thỉnh thoảng ông cụ làm công việc tư vấn nào đó, nhưng thường thì ông cụ đi câu cá.

Còn đây là Jennie, con gái nhỏ của tôi, chụp với con em họ của nó là Tina. Jennie lên mười bốn và mới bắt đầu quan tâm đến bọn con trai rồi đấy. Thuở nhỏ nó vẫn thường là một con bé nghịch ngợm như con trai- Chị biết không, chơi bóng chày với bọn con trai, leo cây nữa đấy.

Nhưng tôi nghĩ đó đúng là thời kỳ mà những đứa bé gái đều phải trải qua. Bây giờ thì hình như nó đã qua khỏi cái thời ấy rồi.

2.

Thằng bé 1:	Mẹ ơi! mẹ ơi! Teddy nó lấy ô tô của con này!
Bà Mẹ:	Được rồi. Teddy trả lại đi con.
Thằng bé 2:	Nó là của con cơ.
Thằng bé 1:	Không, không phải đâu. Nó là của con mà (chuông cửa reo).
Bà Mẹ:	Được rồi. Các con hãy chơi ngoan nào. Mẹ phải ra cửa tiếp khách đây (chuông reo) mời vào. Mời vào (mở cửa).
Người phỏng vấn:	Xin chào Bà. Tôi thuộc Ủy Ban Điều tra Dân tình, không biết bà có cảm phiền trả lời giùm vài câu hỏi không ạ? Tôi hứa là sẽ không mất thì giờ nhiều đâu ạ.
Bà Mẹ:	Câu hỏi thuộc dạng nào đây?
Người phỏng vấn:	Ồ, chỉ vài câu hỏi về gia đình - gia cảnh của Bà ấy mà. Nghề nghiệp của ông nhà, đại khái là như thế.
Bà Mẹ:	Ơ, được rồi, miễn là đừng mất nhiều thời gian đấy nhé.
Người phỏng vấn:	Việc này chỉ mất ít phút thôi ạ.
Bà Mẹ:	Được. Tại sao mình không ngồi xuống đây cơ chứ?
Người phỏng vấn:	Vâng, cám ơn Bà. Trước hết thì bà lập gia đình chưa ạ?
Bà Mẹ:	Rồi.
Người phỏng vấn:	Xin bà cảm phiền cho biết ông nhà làm nghề gì được không ạ?
Bà Mẹ:	Anh ấy làm việc trong một nhà máy.
Người phỏng vấn:	Thế đấy. Công nhân nhà máy. Và Bà có thể cho biết mức thu nhập của ông nhà bao nhiêu không?
Bà Mẹ:	Lương của anh ấy à? Ông cần phải biết cả việc đó nữa à?

Người phỏng vấn: Ơ, việc đó sẽ có ích lắm ạ. Chỉ xin con số chung chung thôi ấy mà.

Bà Mẹ: Khoảng 13.500 đô la (một năm).

Người phỏng vấn: Và Bà là nội trợ, không có thu nhập phải không ạ?

Bà Mẹ: Ờ.

Người phỏng vấn: Và tôi xin phép hỏi bà có bao nhiêu cháu ạ?

Bà Mẹ: Bốn.

Người phỏng vấn: Bao nhiêu trai, gái ạ?

Bà Mẹ: Ba trai và một gái.

Người phỏng vấn: Ba và một. Và các cháu bao nhiêu tuổi rồi ạ?

Bà Mẹ: Đứa lớn nhất lên chín, còn những đứa kia thì bảy và sáu.

Người phỏng vấn: Còn cháu gái của Bà? Cháu lên mấy rồi ạ?

Bà Mẹ: Nó là con bé út. Bốn tuổi rưỡi rồi đấy.

Người phỏng vấn: Được rồi ạ. Và bây giờ thì xin phép hỏi bà về căn nhà này được không ạ? Bà làm chủ hay đang thuê nó vậy?

Bà Mẹ: Chúng tôi đang thuê nó đấy.

Người phỏng vấn: Nhà có bao nhiêu buồng cơ?

Bà Mẹ: Tổng cộng ấy hả? Tôi nghĩ là sáu. Đúng rồi, sáu buồng không kể buồng tắm.

Người phỏng vấn: Ồ, thế là xong rồi đấy ạ. Cám ơn bà nhiều lắm vì đã dành cho thời gian.

Bà Mẹ: Không có chi đâu.

❑ VOCABULARY:

kid sister (US) = younger sister = em gái.

Smart as a whip = lanh như thỏ (nguyên văn: nhanh như một chiếc roi)

Beautifully /'bju:tifli/ (adv) = lưu loát (nghĩa trong bài)

Cute /kju:t/ (adj) = khấu khỉnh

Volleyball /'vɒlibɔ:l/ (n) = môn bóng chuyền.

Hardly /'ha:dli/ (adv) = khó lòng mà.

Ex: You can hardly find a house for rent in this area.
Bạn khó lòng mà có thể tìm được 1 căn nhà cho thuê trong vùng này.

Straight "A" = A-one = hạng A1, xuất sắc.

Bright /brait/ (adj) = sáng láng, minh mẫn.

She'll make it = she'll achieve her goal = nó sẽ toại nguyện.

To retire /ri'taiə/ = về hưu.

Ex: A worker will retire on a pension at 65.
Một công nhân sẽ về hưu có tiền hưu bổng ở tuổi 65.

Retired (adj) = về hưu.

Retirement (n) = sự hưu trí.

Active /'æktiv/ (adj) = energetic = ham hoạt động, còn nghị lực.

Ex: - He's over 60 now but he's still active.
Ông ấy đã trên 60 rồi nhưng vẫn còn ham hoạt động.
- To play an active part in...
Đóng vai trò chủ động trong...

consulting work /kən'sʌlti/ (n) = công việc cố vấn, góp ý.

consulting engineer/ (n) = kỹ sư cố vấn.

to consult /kən'sʌlt/ = hỏi ý kiến chuyên môn.

Ex: In case of over-dose, consult your doctor.

Trường hợp uống thuốc quá liều, hãy hỏi ý kiến bác sĩ của bạn.

Consultant (n) = cố vấn, bác sĩ chuyên khoa.

From time to time = thỉnh thoảng = now and then.

Ex: We see her walking along Tran Hưng Đao Avenue from time to time.

Thỉnh thoảng tôi vẫn thấy cô ta đi trên đường Trần Hưng Đạo.

To get interested in... = để ý đến, quan tâm đến, say mê.

Ex: He's interested in classical music.

Ông ta say mê nhạc cổ điển.

Tom boy = girl who acts like a boy = con gái có tính tình con trai.

Phase /feiz/ (n) = stage of development = giai đoạn phát triển.

To go through = to pass = trải qua.

To answer the door = ra cửa đón khách.

Citizen's Census Committee = Ủy Ban Điều tra Dân Tình.

Census /'sensəs/ (n) = việc thống kê dân số.

Ex: How often is there a census in your country?

Ở nước bạn việc thống kê dân số có thực hiện thường xuyên không?

Committee /kə'miti/ (n) = Ủy ban.

to mind /maind/ = to feel annoyed = Phiền hà, bận tâm.

Would you mind + gerund = Câu lịch sự để hỏi ý khi muốn nhờ ai việc gì.

Ex: Would you mind explaining this word to me?

Phiền thầy giải nghĩa từ này cho em được không ạ?

Family size /'fæmili saiz/ (n) = gia cảnh.

that sort of thing = đại loại là như thế.

Factory worker /'fæktəriwɜːkə/ = công nhân nhà máy.

to earn /ɜːn/ = mưu sinh, kiếm tiền.

Ex: He earns two hundred thousand Dongs a month.

Ông ta kiếm được hai trăm ngàn đồng một tháng.

Earnings (n) = money earned = tiền thu nhập.

Ex: She has spent all her earnings.

Cô ta đã tiêu hết số tiền kiếm được của cô ta.

Salary /'sæləri/ (n) = lương.

wages /'weidʒiz/ (n): bổng.

to own /əun/ = to possess = Sở hữu, làm chủ.

Ex: They own a big house in the first District.

Họ làm chủ một căn nhà to ở Quận Nhất.

Owner /'əunə/ (n) = chủ nhân.

Ex: Who was the owner of that castle?

Ai là chủ nhân của tòa lâu đài đó vậy?

ownership /'əunəʃip/ (n) = Quyền làm chủ.

Collective ownership (n) = quyền làm chủ tập thể.

to rent = thuê, mướn.

rental = việc, tiền thuê.

not counting = excluding = không kể.

Ex: He's got many cars for hire, not counting a Mercedes for his own.

Ông ta có nhiều ô tô cho thuê, không kể chiếc Méc-Sơ-Đéc dành riêng cho ông ta.

1.

a)

A: Ellen cưng ơi. Em biết tập sách hướng dẫn chương trình truyền hình ở đâu không nào?

B: Nó không có ở trên máy truyền hình sao?

A: Không, nó không có ở đó.

B: Vậy thì có thể nó ở trên bàn cạnh ghế đệm dài ấy.

A: Ồ đúng rồi. Anh trông thấy nó rồi. Cám ơn em.

b)

A: Becky ơi! lọ mứt dâu đâu rồi hả em?

B: Trong tủ lạnh, ở ngăn trên cùng ấy.

A: Trong tủ lạnh hả?

B: Ừ, sau khi khui ra rồi thì em luôn luôn để nó ở chỗ đó.

c)

A: Agnes ơi, anh chẳng thấy viên Aspirin đâu cả. Em có biết nó ở đâu không nào?

B: Nó không có trong tủ thuốc sao?

A: Không. Anh vừa mới tìm xong. Nó **chẳng có ở** đây.

B: Vậy thì em nghĩ trong ví xách của **em** có **vài** viên đấy.

A: Thế nó ở đâu vậy?

B: Trên bàn trang điểm trong phòng ngủ ấy.

d)

A: Xin lỗi cô Jones. Cô có biết bản báo cáo thương mại đâu không?

B: Nó không có trên bàn giấy của ông sao ạ?

A: Không. Không có ở đó.

B: Vậy thì hẳn là nó đã được xếp trở lại trong bìa hồ sơ lưu rồi. Tôi sẽ đi lấy nó cho ông.

A: Thôi, được rồi. Tôi sẽ đi lấy nó cho. Ngăn kéo nào nhỉ?

e)

A: **Xin** lỗi cô. Cô làm ơn chỉ giùm những tác phẩm bán chạy nhất ở đâu ạ?

B: Loại bìa cứng hay bìa giấy thường cơ?

A: Loại bìa giấy thường ạ.

B: Chúng ở trên kệ giữa phía bên trái lối vào đó.

A: Cô có những quyển sách nào của Harold Robbins không?

B: Có ạ, tôi nghĩ chúng ở phía bên phải ấy ạ.

A: Cám ơn nhiều nhé.

2.

a)

A: Xin lỗi ạ. Ông có biết cửa hàng **Macy** ở đâu không ạ?

B: Cửa hàng **Macy** ấy ạ? Vâng tất nhiên. Nó ở xuôi đường thứ 21 về phía tay phải... ở **cuối** dãy phố kế tiếp kia đấy.

A: Ở cuối dãy phố kế tiếp kia, bên phía tay phải.

B: Đúng thế đấy.

A: Cám ơn nhiều ạ.

b)

A: Tôi không biết chị có giúp được tôi không nào? Tôi đang đi **tìm nhà hàng** Alfeo.

B: Làm ơn nói lại giùm cái tên xem nào?

A: Alfeo ạ. Đó là một nhà hàng Ý. Nó hẳn phải ở quanh quất **đâu đây** thôi mà.

B: Ồ, đúng rồi. Chắc chắn là chỗ đó phải ở góc quanh trên đường **Elm**. Trên góc đường thứ 22 đó mà.

A: Được ạ. Cám ơn nhiều ạ.

c)

A: **Xin** lỗi ạ. Ông có thể cho tôi biết rạp chiếu phim số Một ở **đâu không ạ?**

B: Rạp chiếu phim ấy hả?

A: Vâng, đúng vậy.

B: Được rồi, Bà không thể lạc được đâu. Nó ở kế bên cạnh nhà **Bưu điện** trên góc đường Elm ấy.

A: Vâng. Cám ơn ông ạ.

B: Không có chi.

d)

A: Xin lỗi phải phiền **đến** bạn, nhưng bạn có biết bến xe buýt ở **đâu không ạ?**

B: Vâng. Nó ở trên đường Pine đối diện với khách sạn Ritz ấy.

A: Trên đường Pine, đối diện với khách sạn Ritz. Liệu bạn có thể **biết được** con đường ngang ở ngã tư đó là đường gì không ạ.

B: Tôi nghĩ đó là đường thứ 21.

A: Đường Pine và đường thứ 21. Được rồi, cám ơn bạn thật nhiều **nhé.**

B: Có chi đâu ạ.

e)

A: Xin lỗi ạ, nhưng không biết bạn có thể chỉ giùm cửa hàng **Grodin** ở đâu không ạ?

B: Cửa hàng **Grodin?** Cửa **hàng bán quần áo đàn ông** phải không nào?

A: Vâng, đúng vậy.

B: Ơ, tôi nghĩ nó ở **trên đường Ash.** ngay trước khi bạn đến được cửa hàng tổng hợp Magnin.

A: Bên phía tay phải hay **phía tay trái đường Ash** cơ?

B: Phía tay trái.

A: Có xa không ạ?

B: Từ đây đến đó khoảng 2 dãy phố.

A: Được rồi, cám ơn nhé.

B: Dạ không có chi.

3.

a)

A: Cửa hàng Tổng hợp Magnin đây. Quí khách cần chi ạ?

B: Vâng. Ông có thể cho tôi biết hôm nay cửa hàng đóng cửa vào lúc nào không ạ?

A: Chúng tôi đóng cửa lúc 7 giờ ạ.

B: Thế đấy. Còn bao giờ thì cửa hàng mở cửa?

A: 10 giờ sáng vào các ngày thường ạ.

B: Tốt lắm. Cám ơn ông nhiều ạ.

A: Dạ không có chi.

b)

A: Rạp chiếu phim Roxy đây. Quí khách cần chi ạ?

B: Vâng. Cô có thể cho biết hôm nay chiếu phim gì không ạ?

A: "Chúng tôi là như thế đấy" với các diễn viên Barbra Streisand và Robert Redford.

B: Ồ, tuyệt quá. Và bao giờ thì phim chính bắt đầu cơ?

A: Dạ lúc 5gkém15 ạ. Các tiết mục phụ vào lúc 4giờ30 ạ.

B: Được, cám ơn nhiều nhé. Ồ, xin hỏi thêm một điều nữa. Chừng nào thì phim kết thúc vậy?

A: Vào lúc 6g30 ạ.

B: Được rồi. Cám ơn cô.

c)

A: Thính đường Masonic đây. Quí khách cần chi ạ?

B: Thứ Sáu có buổi hòa nhạc phải không ạ?

A: Vâng, đúng vậy. Chương trình của Jefferson Starship.

B: Và giá vé bán bao nhiêu đấy?

A: Năm đồng và bảy đồng rưởi ạ.

B: Và mấy giờ thì buổi trình diễn bắt đầu cơ?

A: 8 giờ 15 ạ.

B: Và diễn trong bao lâu thì kết thúc?

A: Đến khoảng 10 giờ ạ.

B: Được, tuyệt quá. Cám ơn nhiều nhé.

A: Vâng, xin chúc một ngày tốt lành ạ.

d)

A: Đây là câu lạc bộ Liên Mỹ ạ. Quí khách cần chi ạ?

B: Vâng, tôi tin quí vị có một tiệc cơm trưa họp mặt vào thứ tư sắp tới đây. Ông có thể cho tôi biết thêm chi tiết về bữa tiệc ấy được không ạ?

A: Vâng, tất nhiên ạ. Báo cáo viên mời giảng là Giáo sư Miguel Lopez thuộc Đại học đường Guadalajara, và ông ta sẽ thuyết trình về đề tài "Ảnh hưởng của cuộc khủng hoảng dầu lửa trong vùng Châu Mỹ La Tinh"

B: Cha! đề tài ấy nghe thật hấp dẫn đấy. Thế chừng nào thì buổi họp mặt bắt đầu cơ?

A: Cơm trưa sẽ được phục vụ vào lúc 12 giờ và Giáo sư Lopez sẽ nói chuyện vào lúc 1 giờ kém 15 ạ.

B: Có mất lệ phí vào cửa không ạ?

A: Có ạ. Cơm trưa và nghe thuyết trình mất bảy đồng rưỡi cho mỗi người ạ.

B: Và ông có biết khi nào thì buổi nói chuyện kết thúc không ạ?

A: Ồ, tôi nghĩ ít nhất thì cũng phải đến hai giờ ạ.

B: Tốt lắm. Cám ơn ông rất nhiều.

A: Dạ chả có chi đâu ạ.

❏ VOCABULARY:

Honey /'hʌni/ (n) = darling /'da:liŋ/ = mình ơi, cưng ơi.

Strawberry jam /'strɔ:bridʒæm/ (n) = mứt dâu.

Refrigerator /ri'fridʒəreitə/ (n) = tủ lạnh = fridge /fridʒ/

Medicine Cabinet /'medsn kAbinit/ (n) = tủ thuốc gia đình.

Bestseller /bestselə/ (n) = sản phẩm (sách) bán chạy nhất.

Hardback /ha:dbæk/ (n) = sách bìa cứng.

Paperback /peipəbæk/ (n) = sách bìa thường.

Entrance /'entrəns/ (n) = lối vào, cổng, cửa vào

To be supposed /sə'peuzd/ to = to be expécted = lẽ ra, được cho là phải...

Ex: You were suppósed to be there an hour ago
Lẽ ra anh đã phải có mặt ở đó cách đây 1 giờ.

To bother /'bɒðə/ = to trouble = gây phiền phức.

Ex: Does my smoking bother you?
Việc tôi hút thuốc có làm phiền bạn không?

Bother (n) = trouble, inconvénience = sự phiền hà, bực bội.

To happen /'hæpən/ = to occúr by chance = xảy ra do tình cờ.

Ex: They happened to meet on the street
Họ tình cờ gặp nhau trên phố.

Thanks a million /θæŋks ə miljən/ (sáo ngữ): cám ơn nhiều lắm.

Don't mention it /'menʃn/ = dạ không có chi (xin đừng đề cập đến làm gì).

Sure thing = dạ không có chi.

What's showing today? = what's on today? = hôm nay chiếu phim gì ạ?

Feature /'fi:tʃə/ (n) = phim chính.

Newsreel /'nju:zri:l/ (n) = thời sự.

Ads /ædz/ = advértisements = tiết mục quảng cáo

Ex: Want Ads: mục rao vặt.

caricature /ˌkærikə'tjuə/ = phim hoạt hình.

Short subjects /ʃɔ:t'sʌbdʒikts/ = những tiết mục phụ, ngắn.

Auditorium /ˌɔ:di'tɔ:riəm/ (n) = thính đường, hội trường.

Luncheon meeting /'lʌntʃən mi:tiŋ/ = buổi họp mặt có cơm trưa.

Guest speaker /gest spi:kə/ = báo cáo viên mời giảng.

To lecture /'lektʃə/ = thuyết trình.

Ex: He is lecturing on Russian literature

Ông ấy đang thuyết trình về văn học Nga.

Lecture (n) = bài thuyết trình, bài nói chuyện.

Impact /'impækt/ (n) = conflict, collision = cuộc xung đột, sự va chạm; influence = ảnh hưởng.

Ex: The force of the impact threw the driver out of the car.

Lực va chạm đã làm cho tài xế văng ra khỏi xe.

crisis /'kraisis/ (pl. crises) = sự khủng hoảng.

Ex: The patient has passed the crisis and begins to restore his health

Bệnh nhân đã trải qua cuộc khủng hoảng và bắt đầu hồi phục sức khỏe.

Admission fee /əd'mi∫n fi:/ (n) = vé, lệ phí vào cửa.

To admit /əd'mit/ = allow to enter = cho vào

Ex: please admit me to the theater.

Làm ơn cho tôi vào rạp hát.

No admission = cấm vào.

BÀI 5 *(trang 36)*

Người điều khiển chương trình:

Xin kính chào Quí ông và Quí bà. Jim Conrad tôi đây xin chào mừng quí vị đến dự chương trình "Được ăn cả, ngã về không", chương trình đố vui truyền hình độc đáo của Hoa Kỳ. Giải thưởng đặc biệt của chúng tôi tối hôm nay là một chuyến nghỉ mát hào hứng cho đôi vợ chồng tại khách sạn Sands nên thơ ở khu trung tâm Las vegas chói chang ánh nắng. Vì vậy, nếu không còn gì thắc mắc nữa, chúng tôi xin mời ứng viên dự giải thứ nhất lên sân khấu ạ.

Xin chào ông và hoan nghênh ông đã đến với chương trình của chúng tôi. Xin ông vui lòng cho biết quí danh ạ?

Khách: Thưa Johnson, Jack Johnson ạ, và niềm vui của tôi là được đến dự chương trình này.

Người ĐKCT: Thế ông làm nghề gì vậy ông Johnson?

Khách: Ồ, tôi là một người luyện thú ạ.

Người ĐKCT: Một người luyện thú cơ đấy!

Khách: Đúng vậy. Tôi làm việc cho gánh xiếc của anh em nhà Ringling.

Người ĐKCT: Cho gánh xiếc đấy nhé! Bây giờ thì bà con cô bác không thấy lý thú sao nào! Thế ông huấn luyện loại thú nào vậy?

Khách: Ồ, loại thường thôi ấy mà - Sư tử, hổ -đại khái là như thế đấy ạ.

Người ĐKCT: Công việc đó không khá nguy hiểm sao ạ?

Khách: Không, thực ra thì không ạ. Bầy thú cũng khá già nua rồi ạ.

Người ĐKCT: Ồ, nhắc đến già trẻ (tuổi tác) tôi mới nhớ. Ông Johnson ạ, xin ông cảm phiền cho khán giả phim trường chúng tôi đây được biết năm nay ông được bằng nào tuổi rồi không ạ?

62

Khách:	Có phiền gì đâu ạ. Tôi được 29 tuổi rồi.
Người ĐKCT:	Và ông lập gia đình chưa ạ?
Khách:	Thưa rồi. Tôi có một cô vợ rất xinh xắn và hai con gái đẹp lắm ạ. Một cháu lên 8 còn cháu kia lên 6. Ông có muốn xem ảnh không ạ?
Người ĐKCT:	Ô, bây giờ thì chưa cần đâu... Tất cả gia đình ông sinh sống ở Los Angeles đây phải không ạ?
Khách:	Không ạ. Chúng tôi sinh sống ở Sarasota, Florida hầu như quanh năm. Nhưng khi tôi đi lưu diễn thì cả gia đình cùng đi theo tôi ạ.
Người ĐKCT:	Được rồi, ông Johnson ạ, nếu như ông đã sẵn sàng rồi thì chúng ta sẽ đi vào câu hỏi thứ nhất. Xin vui lòng trao giùm cho bao thư đi nhé?... Thủ đô của nước Uruguay là gì ạ?
Khách:	Có phải là Santiago không ạ?
Người ĐKCT:	Không phải. Tôi rất tiếc ông Johnson ạ, sai mất rồi. Đó là Montevideo. Ông không trúng được giải tuần lễ hào hứng tại Las Vegas, nhưng chúng tôi muốn ông nhận cho một túi xách du lịch đẹp mang nhãn hiệu American Tourister làm giải an ủi. Cám ơn ông đã làm khách của chương trình chúng tôi và một dịp nào đó xin lại được mời ông đến với chúng tôi ạ.

Và bây giờ thì xin mời ứng viên thứ nhì ạ.

A ha, lần này thì chúng ta được tiếp đón một thiếu nữ trẻ, và lại rất xinh nữa đấy ạ. Xin cô vui lòng cho biết quí danh ạ? |
Khách:	Thưa June Knudsen ạ.
Người ĐKCT:	June Knudsen? Tên đó nghe rất hấp dẫn đấy nhỉ.
Khách:	Tôi cũng nghĩ như vậy ạ. Đó là một tên Thụy Điển ạ.
Người ĐKCT:	Tên đó đánh vần như thế nào ạ?
Khách:	K-N-U-D-S-E-N.
Người ĐKCT:	Ra thế đấy. Ơ, xin phép hỏi là cô hay bà Knudsen đây ạ?
Khách:	Dạ cô ạ.
Người ĐKCT:	Cô có thể cho biết tuổi của cô không ạ?
Khách:	Em 19 tuổi. Đến tháng tám này thì em được tròn 20.
Người ĐKCT:	Và cô là sinh viên phải không ạ?
Khách:	Một buổi thôi ạ.
Người ĐKCT:	Thế cô làm gì những lúc không đến trường?
Khách:	Em làm nghề trang trí bánh (bắt bông kem) ạ.
Người ĐKCT:	Nghe hấp dẫn không hả bà con cô bác? nhân viên trang trí bánh cơ đấy! Thế cô trang trí các loại bánh nào?
Khách:	Ông biết đấy (*). Bánh sinh nhật, bánh cưới. Bất kỳ loại bánh nào. Nghề này có ăn lắm đấy ạ.
Người ĐKCT:	Thế cô làm việc cho ai vậy?
Khách:	Công việc kinh doanh cho gia đình ấy mà. Gia đình em mở một lò bánh mang tên "Cake Box" ở San Diego.
Người ĐKCT:	Và cô sinh sống tại San Diego phải không ạ?
Khách:	Vâng ạ, ngay kế bên lò bánh ở số 1422 đường Oak ạ.

ý nói: *Ông biết được tên loại bánh nào là tôi làm được loại bánh đó.*

Người ĐKCT: Ờ, cô Knudsen ơi, cô đã sẵn sàng đáp câu hỏi thứ nhất chứ ạ?

Khách: Lúc nào em cũng trong tư thế sẵn sàng cả ạ.

❏ VOCABULARY:

"All or nothing": được tất cả hoặc mất tất cả: được ăn cả ngã về không.

Game show = chương trình giải trí.

Grand prize /'grænd praiz/ (n) = giải thưởng lớn.

Consolation prize /,kɒnsə'leiʃn/ (n) = giải khuyến khích.

Consolation (n) = sự an ủi.

Ex: It's necessary to give somebody a few words of consolation when he's sad.
Cho ai vài lời an ủi lúc họ buồn rất cần thiết.

To console /kən'səul/ = an ủi.

Ex: Don't console me!
Đừng an ủi tôi làm gì.

Vacation /və'keiʃn/ (n) = kỳ nghỉ mát.

Without further ado /wi'ðaʊfɜ:ðə ə'du:/ = nếu không có gì trở ngại thêm.

Ex: Without further ado, we can go straight to the point.
Nếu không còn gì trở ngại nữa, chúng ta có thể đi vào đề được rồi.

Ado /ə'du:/ (n) = fuss , trouble = sự hỗn loạn, phiền phức.

Ex: Why are you making so much ado about it?
Tại sao anh lại quá ưu phiền về việc đó chứ?

to bring on = tiến hành.

Ex: After having a hot discussion, they brought on the project.
Sau khi thảo luận sôi nổi, họ đã tiến hành dự án.

Animal trainer /'æniml treinə/ (n) = người luyện thú.

Tamer /'teimə/ = người thuần thú dữ.

to tame /teim/ = thuần (thú dữ).

Circus /'sɜ:kəs/ (n) = gánh xiếc.

Folk /fəuk/ = người đồng hương, đồng bào, thân nhân, bố mẹ (US)

Ex: - Well, folks, what are going to do now?
Ờ, bây giờ thì ta sẽ làm gì đây hả các bạn?
- Say hello to your folks for me.
Làm ơn cho tôi gởi lời thăm bố mẹ bạn.
- Your folks are very friendly.
Dân của bạn rất thân thiện.

Speaking of age = nhân nói về tuổi tác.

Ba hình thức hỏi khi phiền ai việc gì:

Would you mind ┬ gerund
Would you please + bare infinitive
Would you be kind + infinitive

Ex: - Would you mind lending me your motorcycle?
- Would you please lend me your motorcycle?
- Would you be kind to lend me your motorcycle?
Bạn có vui lòng (phiền gì về việc) cho tôi mượn chiếc xe gắn máy của bạn không?

Studio Audience /'stjui:diəu 'ɔ:diəns/ (n) = khán giả dự lúc quay phim tại đài truyền hình.

To be on tour /'tuə/ = đi lưu diễn (nhạc, xiếc)

Ex: They are now on tour in Europe.
Họ hiện đang lưu diễn ở châu Âu.

Contestant /kən'testənt/ (n) = compétitor (người dự tranh)

Contest /'kɒntest/ (n) = cuộc thi, cuộc dự tranh.

64

Ex: Beauty contest
  Cuộc thi hoa hậu.
Beauty Queen /kwi:n/ = hoa hậu.
The first (second) runner-up = Á hậu 1 (2)
Cake decorator /keik ˈdekəreitə/ (n) = người
  trang trí bánh.
To decorate /ˈdekəreit/ = trang trí // decoration
  (n) = sự/vật trang trí.

Ex: They decorated their Christmas tree
  with ribbons and coloured lights.
  Họ đã trang trí cây Nô En của họ
  bằng những giây ruy băng và đèn
  màu.
As ready as I'll ever be = lúc nào tôi cũng
  trong tư thế sẵn sàng.

BÀI 6   *(trang 47)*

1.

Cathy:	A lô!
Dick:	A lô! xin vui lòng cho tôi nói chuyện với cô Cathy Schaefer được không ạ?
Cathy:	Đang nói đây.
Dick:	Ồ, chào Cathy. Dick Carpenter đây - Cô còn nhớ không? - Ở bữa tiệc của Bill Stevenson ấy mà?
Cathy:	Ồ, tất nhiên rồi Dick ơi. Anh khỏe chứ?
Dick:	Vâng khỏe, cảm ơn - Này, Cathy này, không biết cô có thích đi dự buổi hòa nhạc thứ sáu này không ạ?
Cathy:	Ồ, tôi mê lắm Dick ạ. Thật đấy, nhưng tôi e rằng thứ Sáu này không được đâu. Tôi mắc đi làm rồi.
Dick:	Ồ, tệ quá nhỉ. Nếu vậy chúng ta hẹn lại vào một dịp khác nhé?
Cathy:	Tất nhiên rồi, thế nhé.
Dick:	Ơ, có khi nào cô được rảnh rỗi vào tối thứ bảy này không nhỉ? Họ cũng biểu diễn chương trình y hệt vậy đấy.
Cathy:	Thứ Bảy thì được. Mấy giờ thì buổi hòa nhạc bắt đầu nhỉ?
Dick:	Đúng 8 giờ, nhưng tôi nghĩ trước đó chúng ta có thể đi ăn cơm tối nữa.
Cathy:	Ồ, nghe lý thú quá nhỉ?
Dick:	Tôi sẽ đến rước cô lúc 5g30 được không ạ?
Cathy:	Được. Anh có địa chỉ của tôi chưa nào?
Dick:	Chưa.
Cathy:	Số 761 đường (xe riêng) Dearfield.
Dick:	Có phải đánh vần là D-E-A-R-F-I-E-L-D không ạ?
Cathy:	Đúng vậy. Vậy là tôi sẽ gặp lại anh vào thứ Bảy tới rồi.
Dick:	Đúng. Tôi đang ngóng đợi buổi hẹn đấy nhé.
Cathy:	Tôi cũng vậy. Cám ơn anh rất nhiều vì đã mời tôi. Hẹn gặp lại anh nhé.
Dick:	Được rồi. Tạm biệt nhé.

2.

Vợ: Vậy, để xem xem nào. Ờ, em biết rồi. Tại sao chúng mình lại không đi khiêu vũ để thay đổi không khí chứ? Lâu lắm rồi chúng mình chưa đi khiêu vũ.

Chồng: Ơ, thật tình mà nói thì tối nay anh không thích đi khiêu vũ lắm đâu. Ngày hôm nay anh đã làm việc khá cực nhọc và anh thấy hơi mệt mỏi.

Vợ: Ờ, nếu vậy thì chúng mình đi xem chiếu phim đi.

Chồng: Ồ, chúng mình đi xem phim mãi rồi mà. Mình không còn làm gì khác được nữa sao em?

Vợ: Vậy anh có đề nghị gì không nào?

Chồng: Để xem xem. Em có cảm thấy muốn chơi xì phé không nào?

Vợ: Với em thì ổn rồi, nhưng chúng mình đâu còn bia và thức nhấm.

Chồng: Ơ, tại sao em lại không gọi điện cho Janet và mời cô ấy cùng với Tom ghé đến mình chơi, còn anh thì sẽ đi ra hiệu mua thức nhậu.

Vợ: Được rồi. A lô, Janet ơi. Mình đây mà... Ồ khỏe, khỏe lắm. Này Janet này không biết tối nay bồ và Tom có bận việc gì không... không à?

Ơ, bồ có thích ghé qua nhà bọn này để chơi vài ván xì phé không nào?... bồ sẽ đến hả? Ồ, thế thì tuyệt quá... vậy chúng ta sẽ gặp nhau khoảng 8 giờ nhé? Ừ, đúng vậy. Bồ thiệt là dễ chịu, nhưng đừng có phiền hà gì đấy... Không, thật tình thì không đâu. Ở đây bọn mình có đủ thứ rồi. Đúng thế. Các bồ đến người không thôi nhé. Ừ. Được rồi, tốt lắm. Vậy hẹn lúc đó mình gặp nhau nhé. Tạm biệt.

❏ **VOCABULARY:**

Could we make it some other time then = vậy thì mình hẹn gặp lại vào lúc nào khác nhé.

To be free = rảnh rỗi.

Freetime = léisure time, spáretime = thì giờ rỗi rảnh.

By any chance /bai eni tʃa:ns/ (adv. phr) = do 1 sự tình cờ nào đó.

Sharp /ʃa:p/ (adv) = exactly = đúng (thì giờ)

Drive /draiv/ (US): đường xe riêng qua công viên đến một tư thất.

So long for now: (thân mật) bây giờ thì tạm biệt nhé.

To do something new for a change = làm một việc gì mới để thay đổi không khí

To tell the truth = truly say, honestly speaking, thật tình mà nói.

To have a pretty hard day = trải qua một ngày lao động mệt nhọc.

Sort of /sɔ:t əv/ (adv) = somewhat = hơ hơi.

Ex: She is sort of pale today.
Hôm nay cô ấy hơi xanh xao.

to come over = ghé đến chơi.

Stuff /stʌf/ (n) = foodstuff = thức ăn.

a few hands of bridge = một vài ván bài Bridge.

Bridge /bridʒ/ (n) = một loại bài xuất xứ từ nước Nga (1886) có tên là "Biritch" sau đọc trại ra là "Bridge" khi du nhập vào nước Anh đại khái cũng giống như món bài xì phé của ta gồm 2 loại:

"Auction bridge": tính điểm theo từng đôi một.

"Contract bridge": theo qui định của cuộc chơi được thỏa thuận giữa 4 tay chơi, số quân bài thắng phải đạt đến mức nào đó, số quân bài thắng quá mức qui định thì được tính điểm ăn thua. Ở Mỹ có món bài "Poker" khá tương tự với món bài xì phé của ta hơn. (chú thích của người dịch)

Around /ə'raund/ (prep) = abóut = vào khoảng (thời gian)

Ex: I usually go to bed at around eleven. Tôi thường hay đi ngủ khoảng mười một giờ.

Just bring yourselves = các bạn hãy đến người không nhé! (= đừng mang quà cáp gì đến nhé!)

BÀI 7 *(trang 54)*

1.

A: Xin lỗi ạ. Ông có thể chỉ giúp dùm tôi đường từ đây đến chỗ cho thuê máy giặt không ạ?

B: Hiệu cho thuê máy giặt ấy hả? Rất tiếc, thật tình tôi không biết đâu ạ.

A: Ơ, dù sao thì cũng cảm ơn ông ạ.

Xin lỗi ạ. Bà có thể chỉ đường giúp tôi đến hiệu cho thuê máy giặt không ạ?

C: Ơ, để tôi suy nghĩ chút xíu xem. Hiệu cho thuê máy giặt. A, đúng rồi. Nó ở đường Garfield ấy mà. Vậy thì ông hãy đi xuôi con đường này cho đến khi ông gặp phòng lăn bóng Bâu-linh. Sau đó thì ông hãy quẹo phải và đi thêm hai dãy phố, rồi rẽ trái qua đường Garfield. Tôi nghĩ rằng hiệu cho thuê máy giặt ở giữa dãy phố ấy. Vâng, đúng vậy đấy. Ở kế bên hiệu thuốc tây ấy mà.

A: A thế đấy. Tôi đi thẳng đến phòng lăn bóng Bâu-linh, rồi quẹo phải đi thêm 2 dãy phố và rồi quẹo trái. Và nó thì ở kế bên hiệu thuốc tây.

C: Đúng rồi đấy.

A: Ôi, cám ơn bà nhiều lắm ạ.

C: Dạ không có chi đâu. Chúc ông một ngày tốt lành.

A: Cả bà nữa ạ.

2.

A: Xin lỗi ạ. Tôi đang cố tìm cửa hàng Grodin bán quần áo đàn ông. Ông có biết nó ở đâu không ạ?

B: Cửa hàng Grodin ấy hả? Hãy để tôi xem xem nào. Đây là đường Lincoln. Vậy ông hãy đi xuôi đường này cho đến khi gặp cửa hàng McDonald. Sau đó thì quẹo phải và đi thêm hai dãy phố. Ông sẽ trông thấy một quán rượu ở cuối dãy phố thứ nhì. Tôi nghĩ đó là Quán Ben hoặc đại khái là như vậy. Dù gì đi nữa thì cửa hàng Grodin cũng ở ngay khúc quẹo phải đối diện với nhà Bưu điện.

A: A thế đấy. Tôi nghĩ rằng tôi nắm được rồi. Tôi đi thẳng hai dãy phố, quẹo phải, đi thêm hai dãy phố nữa, và sau đó lại quẹo phải lần nữa.

B: Đúng vậy.

A: Cảm ơn ông nhiều lắm.

B: Dạ có chi đâu.

3.

A: Xin lỗi ạ, xin ông làm ơn ạ. Tôi đang cố tìm Hãng Đại diện Du Lịch Liên Thế Giới đây. Ông có biết nó ở đâu không ạ?

B: Biết ạ. Tôi nghĩ nó ở đường Taft. Khi bà ra khỏi khách sạn này thì bà sẽ ở gần ngã tư đường Lincoln và đường Garfield. Vậy bà hãy băng qua đường Lincoln và đi xuôi đường Garfield qua phòng khiêu vũ nhạc máy và nhà hàng Trung Quốc. Cứ tiếp tục đi thẳng cho đến khi bà thấy được bến xe buýt. Sau đó thì hãy quẹo phải và đi thêm một dãy phố nữa. Đó là đến đường Taft đấy. hãy băng qua đường và rẽ về phía tay trái. Bà sẽ thấy hãng đại diện du lịch nằm mé bên tay phải kế bên cạnh nhà hàng Ý.

A: Xem xem tôi có nắm được không nào. Đi thẳng đường Garfield đến bến xe buýt thì quẹo phải đi qua một dãy phố rồi quẹo trái ở đường Taft.

B: Vâng đúng như vậy đấy. Bà không thể lạc được đâu mà. Hãy tìm cho được nhà hàng Ý.

A: Cảm ơn ông nhiều.

B: Dạ không có chi.

❏ **VOCABULARY:**

Laundromat /'lɔ:ndrəmæt/ (n) = (US) launderétte /lɔ:ndə'ret/ = máy giặt nơi công cộng trả tiền bằng cách bỏ tiền vào khe.

laundry shop /'lɔ:ndri ʃɒp/ (n) = hiệu giặt ủi.

Bowling Alley /'bəuliŋ/ (n) = phòng lăn bóng bầu-linh.

Alley /'æli/ (n) = lối đi hẹp giữa 2 dãy nhà cho khách bộ hành.

Blind alley (n) = dead end = ngõ cụt.

Bar /ba:/ (n) = quán rượu

Something like that = tựa tựa như thế, na ná như vậy.

Travel agency /'trævl 'eidʒənsi/ (n) = hãng đại lý du lịch.

You can't miss it = Ông (bà) không thể nào mà lạc được.

BÀI 8   *(trang 61)*

1.

a)

A: Bạn có muốn nghe đĩa nhạc mới của tôi không?

B: Tất nhiên có chứ. Ai hát vậy?

A: Andy Gibb.

B: Andy Gibb. Cha, hết sẩy nhỉ! Anh ấy là một trong những ca sĩ mà tôi hâm
     mộ.

A: Tôi cũng vậy nữa. Tôi ghiền anh ta lắm. Bạn có xem chương trình biểu diễn
     của anh ta trên truyền hình tuần trước không nào?

B: Có chứ, không hết sẩy à! Và ban nhạc của anh ta cũng "bá phát"!

b)

A: Xin chào! Bạn đang đọc gì vậy?

B: Ồ, chỉ là một tác phẩm của Bà già Agatha Christie ấy mà. *"Xác chết trên
     sông Nile."* Bạn đã đọc chưa nào?

A: Chưa, tác phẩm đó thì tôi chưa đọc, nhưng tôi xem phim rồi. Chừng nào đọc
     xong bạn cho tôi mượn được không?

B: Tất nhiên. tôi đâu ngờ bạn lại thích truyện ly kỳ như thế.

A: Ồ, tôi ghiền lắm đó. Tôi đã đọc gần hết các truyện của Agatha Christie . Nhất
     là những truyện nói về nhân vật Poirot.

B: Tôi cũng thế. Bạn có đọc tác phẩm nào của Dorothy Sayers không vậy.?

A: Cũng một số ít nhưng tôi thích đọc những tác phẩm của Bà già Agatha hơn.

2.

Người Đàn ông: Em thật sự không thích Fellini à?

Người đàn bà: Không, em chả thích chút nào.

Người đàn ông: Và cũng chả thích Bergman nữa sao?

Người đàn bà: Không, em nghĩ ông ta làm phim nản lắm.

Người đàn ông: Nhưng đây là những bậc nổi danh của nền điện ảnh hiện đại mà.
     Anh nói nghiêm chỉnh đấy. Thế còn Kurosawa thì sao nào?

Người đàn bà: Thành thật mà nói, em chịu ông già này hết nổi.

Người đàn ông: Ơ, vậy thì em thích thể loại phim nào cơ chứ?

Người đàn bà: Trên thực tế thì em thích những phim miền Tây cơ.

Người đàn ông: Phim miền Tây à? Em đùa hay sao ấy mà! Ý anh muốn nói là
     em chưa được nghiêm túc cho lắm. Phim miền Tây...Chúng quá,
     quá đơn giản, quá ngốc nghếch, quá, quá... trẻ con đi mất!

Người đàn bà: Vậy rõ ràng là anh chẳng nắm được vấn đề chút nào. Anh thấy
     trong các phim miền Tây có một sự đối kháng điển hình giữa thế
     lực của phe chính và thế lực của phe tà.

Người đàn ông: Anh khó mà tin được. Anh khó mà tin được mình lại nghe thấy
     nhận định này. Hẳn là em đã nói đùa rồi.

Người đàn bà: Em chả đùa chút nào đâu. Em nói nghiêm chỉnh đấy.

Người đàn ông: Vậy những phim thuộc loại khoa học giả tưởng thì em nghĩ sao
     nào? Anh cho rằng những phim loại này cũng mang tính chất
     "đối kháng điển hình" của em?

Người đàn bà: Ồ, những phim loại ấy thì cũng tạm được nhưng thật tình thì
     em vẫn thích các phim miền Tây hơn.

Người đàn ông: Thế ai là diễn viên hâm mộ của em? John Wayne chắc?

Người đàn bà: Không. Clint Eastwood cơ.

Người đàn ông: Clint Eastwood - bộ mặt gì đâu mà lầm lỳ. Vì cớ quái gì mà em lại thích gã này?

Người đàn bà: Bởi vì anh ta thuộc loại người khỏe và trầm tĩnh, anh hiểu không!

❏ VOCABULARY:

Mystery /'mistəri/ (n) = sự huyền bí, sự bí mật, sự ly kỳ.

Agatha /'ægəθə/ *Christie* /kristi/ (n) = tên riêng.

Poirot /'pɔirət/ = tên riêng.

Dorothy Sayers /'dɔrəθi 'seijəz/ = tên riêng.

Fellini /'felini/ = tên riêng.

Bergman /'bə:gmæn/ = tên riêng.

Kurosawa /'kurəsawa/ = tên riêng.

To be serious /'siəriəs/ = nghiêm chỉnh, sâu xa.

Simple-minded /simplmaindid/ (adj) = giản đơn, bình dị, không có chiều sâu. *Idiotic* /idi'ɒtik/ (adj) = ngớ ngẩn.

Childish /'tʃaidiʃ/ (adj) = trẻ con, ấu trĩ.

Obviously /'ɒbviəsli/ (adv) = clearly, ápparently (rõ ràng, hiển nhiên.) *To miss the point* = Không nắm vững vấn đề.

Classic conflict /'klæsik 'kɒnflik/ (n) = sự đối kháng điển hình.

Classic /klæssik/ (adj) = týpical = điển hình

Ex: That's a classic case of malnutrition
Đó là một ca suy dinh dưỡng điển hình.

Evil /'i:vl/ (n) = cái xấu, tội lỗi, việc làm xấu xa.

Social evils /'səuʃl i:vlz/ (n) = những tệ nạn xã hội.

Evil (adj) = độc ác, tội lỗi, tệ hại.

Science fiction /'saiəns fikʃn/ (n) = khoa học giả tưởng.

Stone face /stəun feis/ = bộ mặt lầm lì, lạnh lùng.

Ken! = you know! = bạn biết không!

To ken (archaic verb) = to know = biết (từ cổ).

BÀI 9 *(trang 68)*

1.

Người điều khiển chương trình:

Kính thưa quí ông, quí bà. Tối hôm nay chúng tôi đang ở hậu trường của Trung Tâm Lincoln và vị khách của chúng ta là cô Bonnie Nelson, diễn viên múa trụ cột của Đoàn múa Ba Lê thuộc TP. New York. Cô Nelson ơi, cám ơn cô rất nhiều vì đã cho phép chúng tôi có mặt nơi đây.

Nelson: Đó là niềm vui của tôi đấy ạ.

NĐKCT: Tối hôm qua cô Nelson đã khai diễn một vũ khúc nghệ thuật mới "Hồ Thiên Nga". Cho tôi được bắt đầu câu hỏi: Đây có phải là lần đầu tiên cô biểu diễn vũ khúc Ba-Lê đặc biệt này không vậy?

Nelson: Ồ, không đâu ạ. Tôi đã biểu diễn vũ khúc ấy nhiều lần lắm rồi ạ. Lần đầu tiên tôi đã diễn nó là lúc tôi còn ở trường trung học.

Thực ra lúc đó tôi mới có 16 tuổi đầu. Tất nhiên, lúc đó tôi còn đang ở trong ban hợp ca.

NĐKCT: Cô bắt đầu múa từ lúc nào vậy?

Nelson: Ồ, tôi đã khởi sự tập các bài múa Ba-Lê lúc tôi lên bảy tuổi.

NĐKCT: Lúc đó cô ở thành phố Nữu Ước phải không?

Nelson: Thưa không, tôi sinh trưởng ở miền Trung Tây, ở Omaha thuộc Bang Nebraska ấy.

NĐKCT: Ở Omaha à?

Nelson: Vâng, nhưng sau khi học xong bậc trung học thì tôi lên Nữu Ước, và tôi đã theo học ở Trường Múa Quốc tế được ba năm.

Người ĐKCT: Vậy sau đó thì cô gia nhập Đoàn Vũ Ba Lê của thành phố Nữu Ước phải không ạ?

Nelson: Ồ Chúa ơi, chưa đâu ạ. Mãi về sau này cơ.

Người ĐKCT: Vậy thì sau khi tốt nghiệp cô đã làm gì nào?

Nelson: Ơ, tôi đã sang Châu Âu một thời gian ạ. Và tôi đã tìm được một việc làm tại Am-Stéc-Đam. Như ông biết đấy, một diễn viên múa mới tập tễnh vào nghề rất khó mà tìm được việc làm ở chốn này vì thế cho nên tôi đã sang Hà Lan. Họ có một công ty múa Ba-Lê tuyệt hảo, đoàn múa Ba Lê Hoàng Gia Hà Lan. Và đó cũng chính là nơi tôi có kinh nghiệm chuyên môn bước đầu.

Người ĐKCT: Và cô đã ở lại Hà Lan bao lâu vậy?

Nelson: Được gần hai năm ạ, từ năm 1976 đến năm 1978. Và sau đó thì tôi nhận được lời mời cộng tác cho Đoàn múa Ba Lê San Francisco. Ở, tôi khó lòng mà có thể từ chối được. Đó là một dịp béo bở, và và lại, tôi cũng bắt đầu hơi nhớ nhà.

Người ĐKCT: Vì vậy cho nên cô đã trở về Hoa Kỳ năm 1978?

Nelson: Vâng, đúng thế.

Người ĐKCT: Cô thích San Francisco lắm không nào?

Nelson: Ồ, tôi yêu thích nó lắm. Ý tôi muốn nói công ty đó thật là hết xẩy, và thành phố thì - Ở tôi say mê San Francisco lắm. Thật sự nó quá dễ thương... Nhưng tôi cũng thích Nữu Ước nữa. Nó luôn luôn sôi động và đối với ngành nghề của tôi thì nó đúng là nơi để thi thố tài năng.

Người ĐKCT: Cô đã gia nhập công ty này hồi nào vậy?.

Nelson: Cách đây vào khoảng một năm rưỡi ạ.

Người ĐKCT: Việc ấy đã diễn ra như thế nào?

Nelson: Ồ, một trong những dịp như thế xảy ra như thế này: một đêm lúc tôi đang múa biểu diễn tại San Francisco thì Ông George Balanchine ngồi trong hàng ghế khán giả, lúc đó ông ta đang là giám đốc của Đoàn múa Ba Lê thành phố Nữu Ước và thế là sau buổi biểu diễn, ông Balanchine lên tận hậu trường và nói ông ta thích lối diễn xuất của tôi; và ông ta ngỏ ý xem tôi có thích đến Nữu Ước hay không. Ồ, tôi không sao nói được nên lời, ý tôi muốn nói đó là dịp ngàn năm một thuở. Nữu Ước, Quả táo thơm. Và tất nhiên là tôi đã nhận lời.

Người ĐKCT:	Và cô đã trở thành diễn viên múa trụ cột từ bao giờ vậy?
Nelson:	Từ tháng Hai vừa rồi ạ.
Cậu bé:	Màn lên rồi kìa cô Nelson ơi!.
Nelson:	Cám ơn em, chị sẽ ra ngay đây... Xin lỗi nhé, thực sự tôi phải đi đây.
Người ĐKCT:	Vâng tất nhiên rồi. Có lẽ xin cô một câu hỏi cuối. Có chương trình gì cho tương lai chưa ạ?.
Nelson:	Ơ, mùa Hè tới này công ty định đi lưu diễn ở Nhật Bản, Trung Quốc và Phi Líp Pin.
Người ĐKCT:	Nghe hấp dẫn quá nhỉ.
Nelson:	Vâng, tôi đang ngóng chờ giây phút ấy đấy ạ.
Người ĐKCT:	Ồ, xin chúc cô được may mắn nhất trên bước đường sự nghiệp. Và một lần nữa, xin cảm ơn cô đã dành cho chúng tôi buổi nói chuyện này.
Nelson:	Cảm ơn ông.

2.

Trước khi chúng ta làm quen với Hemingway, nhà văn, tôi muốn nói vài lời về Hemingway, người thường. Trong nhiều phương diện, cuộc đời của ông cũng hấp dẫn như tác phẩm của ông vậy. Và, tất nhiên, nhiều sách và truyện của ông đều dựa vào kinh nghiệm sống của riêng ông.

Ernest Miller Hemingway sinh ra tại Oak Park, Illinois vào năm 1899. Ông là con trai của một bác sĩ. Và chính cha ông người đầu tiên đã tập cho ông quen với nếp sống ngoài trời - săn bắn, đi câu, các môn thể thao, tất cả những thứ mà ông rất say mê. Khi còn học ở bậc trung học, ông đã tham gia trong các đội bóng đá và dã cầu, nhưng ông cũng đã bắt đầu viết văn. Sau khi ông tốt nghiệp, ông từ giã quê nhà và đến thành phố Kansas. Thay vì tiếp tục lên đại học, ông đã xin làm một chân phóng viên cho tờ Ngôi sao Thành phố Kansas. Làm việc cho tờ báo này, ông đã trau dồi được bút pháp theo kiểu báo chí trứ danh của ông: Giản dị, chính xác và khách quan.

Khi chiến tranh bùng nổ vào năm 1914, Hemingway muốn được trở thành người lính, nhưng ông đã bị từ chối vì một khuyết tật cũ về mắt. Dù gì đi nữa không muốn bỏ lỡ dịp chiến đấu, ông đã sang Châu Âu và phục vụ chân tài xế tải thương cho Hội chữ Thập Đỏ. Năm 1918, trước khi cuộc chiến kết thúc không lâu, ông đã bị thương và phải trở về Hoa Kỳ. Tuy nhiên, ông cũng chẳng chịu ở quê nhà lâu. Ngay sau khi ông đã khá hơn, ông lại trở sang Châu Âu, lần này thì ông xin làm phóng viên cho tờ Ngôi Sao Toronto. Trong suốt những năm đầu của thập kỷ 20, ông đã sinh sống tại Paris và đã bắt đầu quen biết nhiều văn nghệ sĩ khác của Hoa Kỳ, kể cả Gertrude Stein và Ezra Pound.

Năm 1925, ông đã xuất bản tập truyện ngắn đầu đời của mình mang tựa đề *vào thời của chúng tôi*. Hầu hết các truyện đều thực sự viết về thời thơ ấu của ông. Một năm sau, hai truyện dài đầu tiên của ông đã được ra mắt. *Những dòng thác lũ mùa xuân* và *Mặt trời vẫn mọc*. Quyển tiểu thuyết thứ nhì của ông *Mặt trời vẫn mọc*. Theo tôi nghĩ vẫn còn là tác phẩm hay nhất của ông. Quyển sách này nói về "Thế hệ lạc lõng" cô đơn, tuyệt vọng của những người Mỹ mà ông đã biết tại Châu Âu.

Ba năm sau, tác phẩm thứ tư của ông, *Giã từ vũ khí*, đã khiến ông nổi danh trên khắp thế giới. Truyện tình này nói về một chàng tài xế tải thương Mỹ với nàng điều dưỡng Ăng-lê.

Trong suốt thập kỷ 30, ông tiếp tục viết truyện ngắn và cũng xuất bản hai quyển sách về các đề tài mà ông hằng yêu thích. *Cái chết vào buổi chiều* nói về cuộc đấu bò, và *những đồi xanh ở Châu Phi* thì đề cập đến cuộc đi săn qui mô.

Khi Đệ Nhị Thế Chiến bắt đầu, lại một lần nữa Hemingway trở lại Châu Âu với tư cách là một phóng viên. Ông hầu như có mặt trong các trận đánh lớn của cuộc chiến này và các kinh nghiệm của ông đã trở thành nền cho quyển truyện của ông, *Vượt sông và vào rừng*. Quyển truyện này không mấy gì thành công cho lắm, và nhiều người cho rằng Hemingway đã đánh mất đi sức mê hoặc cố hữu của ông.

Nhưng đến năm 1952 ông đã viết một truyện ngắn là một trong những tiểu phẩm hay nhất của ông *Ngư ông và biển cả*. Quyển sách này nói về một ông lão ngư dân Cu_Ba, nhưng thực tế là đề cao sức người chống chọi với thiên nhiên. Ông đã nhận được giải thưởng Pu-Lit-Giơ về tác phẩm này. Và hai năm sau đó, ông lại nhận được giải thưởng Nô-Ben về mặt văn chương.

Năm 1961, do bệnh hoạn và không thể tiếp tục cuộc sống năng động mà ông hằng yêu thích, Hemingway đã tự sát bằng một trong những khẩu súng săn của ông. Thế là kết thúc cuộc đời của một con người đã là một trong những nhân vật gây ảnh hưởng lớn nhất đối với nền văn học Hoa Kỳ của thế kỷ này.

Ồ, quá trình về ông thì đã quá nhiều rồi, giờ thì chúng ta **hãy điểm** qua các tác phẩm đi nào....

❑ VOCABULARY:

To be back stage /ˈbækˈsteidʒ/ = vào hậu trường.

Lead dancer /ˈliːddænsə/ (n) = diễn viên múa trụ cột.

Production /prəˈdʌkʃn/ (n) =work of art = tác phẩm nghệ thuật.

Swan Lake /swɒnleik/ (n) = Hồ thiên Nga.

Swan song = Bài hát của thiên nga (theo huyền thoại cổ: loài thiên nga trước khi chết vẫn ca hát một cách trầm tĩnh. Sau ám chỉ người nào trước khi chết vẫn có một đóng góp đáng kể cho đời). All somebody's geese are swans (Idiom) = có mới nới cũ, vợ người luôn luôn đẹp (Nguyên văn: tất cả những con ngỗng của người khác đều là thiên nga).

Chorus /ˈkɔːrəs/ (n) = ban hợp ca.

To join /dʒɔin/ = tham gia, gia nhập, nối, nhập bọn.

> **Ex:** I will join you in a minute.
> Tôi sẽ nhập bọn với các bạn trong giây lát.

Oh Gosh /əhˈgɒʃ/ = by God = Chúa ơi.

Professional expérience /prəˈfeʃənəl ikˈspiəriəns/ = kinh nghiệm chuyên môn. Profession /prəˈfeʃn/ (n) = occupátion = nghề nghiệp.

Job offer /dʒɒbˈɒfə/ (n) = việc mời làm việc, cộng tác.

A big break /breik/ = bước đầu may mắn; cơ hội lớn.

> **Ex:** - Give me a break = Hãy cho tôi

một cơ hội.

- Grasp it! It's a big break to you.
   Hãy chộp lấy nó! Đó là một dịp vỡ bờ cho mày đấy.

Homesick /'həumsik/ (adj) = nhớ nhà.

Lovesick /'lʌvsik/ (adj) = tương tư, thất tình.

Seasick /'si:sik/ (adj) = say sóng.

Exciting /ik'saitiŋ/ (adj) = hào hứng, sôi nổi hấp dẫn.

Ex: It was the most exciting match I've ever watched.
      Đó là trận đấu hào hứng nhất mà tôi đã từng xem.

Excited /ik'saitid/ (adj) = hoảng sợ, phấn khích.

Ex: Why are you so excited?
      Tại sao anh lại phấn khích quá vậy?

To excite /ik'sait/ = khuấy động, kích thích, gây phấn khích.

Ex: - Don't excite yourself (= keep calm) = Đừng kích động như vậy.
     - Everybody was excited by the news = Mọi người thấy phấn kích vì cái tin ấy.

Excitement /ik'saitmənt/ (n) = sự phấn khích.

Audience /'ɔ:diəns/ (n) = Khán giả, cử tọa.

Performance /pə:'fɔ:məns/ = public exhibition = show = buổi trình diễn.

Ex: I already bought 2 tickets for tonight's performance.
      Tôi đã mua 2 vé cho buổi diễn tối hôm nay rồi.

To perform /pə:'fɔ:m/ = to sing / act before an audience = trình diễn.

Ex: The monkeys performed very well at the circus.
      Bầy khỉ đã diễn rất xuất sắc trong gánh xiếc.

Work /wə:k/ = lối diễn xuất.

To be speechless = unable to speak because of deep feeling: nói chẳng nên lời.

To mean /mi:n/ =   1. Ý nói, định nói
                    2. Có nghĩa.

Ex: - I don't know what you mean.
       Tôi không biết ý anh muốn nói gì?
     - What does this word mean? = Từ này có nghĩa gì vậy?

It was the chance of a lifetime = Đó là cơ hội ngàn năm một thuở.

Chance /tʃa:ns/ (n) = opportunity = cơ hội, sự may rủi = fortune.

Ex: - Let's leave it to chance.
       Hãy phó mặc nó cho may rủi.
     - Now is your chance to escape.
       Giờ đây là cơ hội để mày trốn thoát đấy.

Curtain, Miss! = Màn kéo lên rồi đấy cô ạ!

To look forward to + Noun/gerund = trông ngóng, mong đợi.

Ex: - I am looking forward to seeing you again.
       Anh đang nóng lòng trông đợi được gặp lại em.
     - We are looking forward to the coming vacation.
       Chúng tôi đang mong đợi kỳ nghỉ mát sắp tới.

To get into = to make familiar with = làm quen với; tiêm nhiễm.

In many ways = trên nhiều phương diện.

To be based on = dựa vào, căn cứ vào.

Ex: - Direct taxation is usually based on income.
       Thuế trực thâu thường căn cứ vào lợi tức.
     - He based his request for reelection on his past performance.
       Ông ta dựa vào quá trình hoạt động của mình mà yêu cầu cho được tái cử.

Personal experience = kinh nghiệm riêng.

To introduce somebody to something = to cause him / her to be acquainted with s/th = tập cho ai làm quen với cái gì.

Ex: The father introduced his children to hardship.

Người cha đã tập cho các con mình quen với nổi gian khổ.

introduce /intrə'dju:s/ = giới thiệu, cho du nhập.

Ex: - Tobacco was introduced into Europe from America.

Thuốc lá được du nhập vào Âu Châu từ Châu Mỹ.

- She introduced me to her parents.

Nàng đã giới thiệu tôi với cha mẹ nàng.

introduction /intrəd∧k∫n/ (n) = sự giới thiệu.

outdoor life = cuộc sống ngoài trời.

instead /in'sted/ (adv.) = thay thế.

Ex: - We have no meat today. Would you like to have fish instead?

Hôm nay chúng tôi không có thịt. Bà có ưng mua cá thay thế không ạ?

- My wife is ill today. So, I go to the market instead.

Hôm nay bà xã tôi ốm. Vì thế, tôi đi chợ thay thế.

instead of (prep.) + noun /pronoun/ gerund = thay cho, thay vì.

Ex: - He eats fish instead of meat.

Ông ta ăn món cá thay cho món thịt.

- I will go there to meet her instead of you.

Tôi sẽ đi đến đó để gặp nàng thay cho anh.

- She kept on watching television instead of preparing dinner.

Ba ta vẫn tiếp tục xem TV thay vì lo chuẩn bị bữa ăn tối.

reporter /ri'pɔ:tə/ (n) = phóng viên, ký giả.

report /ri'pɔ:t/ = báo cáo, tường thuật, tường trình.

report for work = trình nhiệm sở.

report (n) = bản báo cáo, bài tường thuật.

develop /di'veləp/ = phát triển, phát huy.

Ex: - The sun and rain develop plants = Nắng và mưa làm cho thảo mộc phát triển.

- They tried to develop the heroic achievement of their forefathers = Họ đã cố gắng phát huy sự nghiệp hào hùng của cha ông.

Development /di'veləpmənt/ (n) = sự phát triển.

Journalistic style /dʒɜ:nə'listikstail/ (n) = bút pháp của báo chí.

Journalist /'dʒɜ:nəlist/ (n) = nhà báo.

Press /pres/ (n) = Báo chí.

Direct /di'rekt/ (adj) = frank = thẳng thắn.

Exact = chính xác.

Ex: - Give me a direct answer to this matter.

Hãy cho tôi một câu trả lời thẳng thắn về vấn đề này.

- The comment was so direct.

Lời bàn đó quá chính xác và đầy đủ.

Objective /əb'dʒektiv/ (adj) = impartial (khách quan, vô tư).

Ex: - A jury's decision in a court case must be absolutely objective = quyết định của bồi thẩm đoàn trong một vụ án phải tuyệt đối khách quan.

Subjective /səb'dʒektiv/ (adj) = chủ quan.

Optimistic /ɔpti'mistik/ (adj) = lạc quan.

Pessimistic /pesi'mistik/ (adj) = bi quan, yếm thế.

To reject /ri'dʒekt/ = to refuse (từ chối).

Ex: - She rejected his offer of marriage.

Nàng đã từ chối lời cầu hôn của hắn.

* *Because of* + Noun / Pronoun.

* *Because* + clause.

Ex: - We didn't go to the movies because it rained heavily.

Chúng tôi đã không đi xem phim vì trời mưa lớn.

- We didn't go to the movies because of the heavy rain.

Chúng tôi đã không đi xem phim vì cơn mưa lớn.

eye problem /ai'prɒbləm/ (n) = eye defect = khuyết tật về mắt

To miss the action = bỏ lỡ cơ hội chiến đấu.

To serve /sə:v/ = phục vụ, thù tiếp.

Ex: - He's served in the People's Army for ten years.

Ông ta phục vụ trong Quân Đội Nhân Dân được 10 năm.

- Let me serve you some more beer.

Để tôi tiếp anh thêm ít bia.

Service (n) = dịch vụ, việc phục vụ quân ngũ, nghi lễ tôn giáo.

Ambulance /'æmbjuləns/ (n) = xe tải thương.

The Red Cross /redkrɒs/ = Hội chữ thập đỏ.

To wound /wu:nd/ = gây thương tích.

Ex: - Ten soldiers were killed and twenty seriously wounded.

Mười binh sĩ bị giết và hai mươi thì bị thương nặng.

Wound /wu:nd/ (n) = injury (vết thương).

Hurt (sự tổn thương).

Ex: - He died after receiving a bullet wound in the head.

Hắn ta đã chết sau khi bị một vết thương do đạn nơi đầu.

- The failure was a wound to his reputation.

Sự thất bại là một tổn thương đối với thanh danh của ông ta.

1920s = from 1920 to 1929 = a decade = thập kỷ 20.

Including /in'kludiŋ/ (prep) = kể cả, bao gồm.

Ex: - The band played many songs, including some of my favourites.

Ban nhạc đã chơi nhiều bài hát kể cả vài bài tôi ưa thích.

- This watch is £ 50 including tax = chiếc đồng hồ này giá 50 Bảng

Anh kể luôn thuế.

To publish /'pʌbliʃ/ = xuất bản.

Publishing house (n) = nhà xuất bản.

Publisher (n) = chủ nhà xuất bản.

Collection /kə'lekʃn/ (n) = tập, bộ sưu tập, sự quyên góp.

Ex: - She's got a valuable collection of stamps.

Bà ta có một bộ sưu tập tem có giá trị.

- The collection has been taken up for the flood victims.

Việc quyên góp đã được phát động cho các nạn nhân bão lụt.

- How many collections of letters are there in a week?

Mỗi tuần có bao nhiêu chuyến gom thư?

To collect /kə'lekt/ = thu thập, quyên góp, sưu tầm.

Ex: - The teacher told the school boys to collect all the wastepaper lying about the classroom.

Thầy giáo bảo học trò gom nhặt giấy vụn rơi vãi trong lớp.

Collective /kə'lektiv/ (adj) = tập thể.

Ex: - The cup final was won by the collective effort of the home team.

Trận tranh cúp chung kết đã thắng được là do nỗ lực tập thể của đội bóng nhà.

Childhood /tʃaildhud/ (n) = thời thơ ấu.

lonely /'ləunli/ (adj) = cô đơn, cô quạnh, hẻo lánh.

hopeless /'həuplis/ (adj) = tuyệt vọng ≠ hopeful = đầy hy vọng.

Loss generation /lɒsdʒenə'reiʃn/ (n) = thế hệ lạc lõng.

Farewell /'feəwel/ (n) = good bye = giã biệt, giã từ.

Ex: Farewell until we meet again!

Tạm biệt cho đến khi mình gặp lại nhau nhé!

To bid farewell to somebody = giã từ, từ biệt ai.

Farewell (adj) = tạm biệt = parting = chia tay.

Ex: They've just given her a farewell party.

Họ vừa khoản đãi cô ta một bữa tiệc chia tay.

Arms /a:mz/ (n) = wéapons = vũ khí.

Throughout /'θru:aut/ (prep) = trên khắp.

Ex: That news spread rapidly throughout the city.

Tin đó đã lan nhanh khắp thành phố.

To produce /prə'dju:s/ = sản xuất, phát sinh (trong bài này: xuất bản)

Ex: He's producing "Romeo and Juliet" at the moment.

Lúc nầy ông ấy đang chuẩn bị làm phim "Romeo và Juliet"

Production /prə'dʌkʃn/ (n) = việc sản xuất, phát sinh, tác phẩm.

Ex: A new production will open at this theater nextweek.

Một kịch phẩm mới sẽ khai diễn tại hí viện này vào tuần tới.

Bullfighting /'bulfaitiŋ/ (n) = cuộc đấu bò mộng.

Game hunting /geim hʌntiŋ/ = cuộc đi săn giải trí.

Battle /bætl/ (n) = trận đánh.

Basis /'beisis/ (pl.Bases) = foundátion (nền tảng, cơ sở).

Ex: - What is the basis for your reason-ing?

Lý luận của anh dựa trên cơ sở nào?

- In Vietnam, salary is paid on a monthly basis.

Ở Việt Nam lương được trả trên cơ sở hàng tháng.

Successful /sək'sesfl/ (adj) = thành công.

To succeed /sək'si:d/ in = thành công.

Ex: They succeeded in manufacturing a

heat - proof material for roofing.

Họ đã thành công trong việc chế tạo tấm lợp chống nhiệt.

Succéss (n) = sự thành công, thắng lợi.

To succéed = Kế nghiệp, thay thế.

Ex: Who succeeded Ms. Margaret Thatcher as Prime Minister?

Ai đã thay thế Bà Margaret Thatcher làm Thủ Tướng vậy?

Succession /sək'seʃn/ (n) = một chuỗi, việc kế tục.

Ex: After a succession of hot days the weather became cold = sau 1 chuỗi ngày nóng bức, thời tiết đã trở nên lạnh.

Successive /sək'sesiv/ (adj) = nối tiếp, kế tiếp.

Old magic /əuld'mædʒik/ (n) = Sức mê hoặc cố hữu.

Literature /'litrətʃə/ (n) = văn chương, văn học.

Active life /æktiv laif/ (n) = cuộc sống năng động.

Shotgun /ʃɒtgən/ = súng săn.

Shotgun wedding = đám cưới gượng ép vì cô dâu lỡ có bầu rồi.

Influence /'influəns/ (n) = tầm ảnh hưởng, thế lực, tác dụng.

Ex: - He had a great influence upon his students.

Ông ta đã gây ảnh hưởng rất lớn đến các sinh viên của ông.

- He's a man of influence in this city!

Ông ấy là 1 người có thế lực trong thành phố này.

to influence = gây ảnh hưởng.

Ex: Although she is poor she's not in-fluenced by riches.

Dù nàng nghèo, nàng không bị ảnh hưởng bởi bả giàu sang.

background /'bækgraund/ (n) = quá trình hoạt động bản thân.

| Ex: | She doesn't have a good background for the job. | Cô ta không có một quá trình tốt cho công việc làm. (chưa có kinh nghiệm) |

BÀI 10   (trang 73)

Beebe: Trước hết tôi có thể hỏi ông vài câu về quá trình hoạt động của ông không ạ?

Thorndike Lodge: Vâng, tất nhiên.

Beebe: Ơ, nghe nói rằng ông sinh ra ở Bombay, Ấn Độ, có đúng không ạ?

T.L: Vâng, đúng vậy. Ông biết đấy, cha tôi lúc ấy là một sĩ quan trong quân đội và ông đã đóng quân ở Bombay.

Beebe: Thế ạ. Còn mẹ ông, bà cụ cũng là dân Anh phải không ạ?

T.L: Không ạ. Trên thực tế bà ấy là dân Ấn.

Beebe: Vậy ông đã theo học tại Ấn Độ à?

T.L: Ơ, Không ạ. Lúc tôi lên năm thì bố mẹ tôi trở về Ăng Lê, vì vậy tôi bắt đầu đi học ở Ăng Lê, cụ thể là ở Luân Đôn. Và sau này khi tôi học xong bậc tiểu học, tôi được gởi đến Exeter, một trong những trường Nam sinh kiểu mẫu ở đó. Ông biết loại trường kiểu mẫu đó rồi mà.

Beebe: A, vâng. Và ông thích nó không? Ý tôi muốn nói việc học hành của ông ấy mà.

T.L: Ồ, cũng tàm tạm vậy. Vâng, nhớ lại thì tôi cũng khá thích nó. Xin ông lưu ý giùm cho là tôi chẳng quan tâm nhiều đến việc mặc đồng phục đâu. Và tôi hoàn toàn chán ghét giờ học tiếng La Tinh - Tôi tởm nó đến độ phát cáu lên.

Beebe: Ông đã phải học tiếng La Tinh à?

T.L: Ồ, thực tình là phải. Tất cả bọn chúng tôi đều học lùi cả môn La Tinh lẫn môn Hy Lạp, ông biết đấy.

Beebe: Vậy ông biết bao nhiêu thứ tiếng nước ngoài?

T.L: Tôi nghĩ khoảng sáu. Để tôi xem xem nào. Lúc còn bé tôi đã học tiếng Anh và tiếng Bắc Ấn - đó là tiếng mẹ đẻ của mẹ tôi. Ở trường học bên Ăng Lê, tôi đã học tiếng Pháp (cũng như tiếng La Tinh và Hy Lạp). Và rồi tôi học cả tiếng Ả Rập, Ma- Lay và Anh- Đô- Nê- Di- A nữa.

Beeb : Thế ông đã học các ngoại ngữ ấy hồi nào?

T.L: Ồ, câu chuyện còn dài dòng lắm. Năm 1945 lúc tôi mới lên 18, tôi đã nhập ngũ và đến năm 1946 tôi được đưa lên tàu sang Ai Cập. Bốn năm sau khi tôi được xuất ngũ, tôi đã quyết định ở lại đó. Tôi đã ở đó thế mà cũng được ba năm cơ đấy- phần lớn là ở Cai- Rô (Lơ- Ke) và A- lếch- xăng- dri- a. Và trong suốt thời gian đó, tôi đã học tiếng Ả Rập.

Beebe:	Thế còn tiếng Ma-lay, Anh-đô-nê-di-a?
T.L:	Ờ, sau bảy năm sinh sống tại Châu Âu, tôi lại quyết định đi du lịch một phen. Thế là tôi đi một vòng khắp Trung Đông-Li-Băng, Thổ Nhĩ Kỳ, I-rắc, I-răng - và sau đó tôi cứ tiếp tục tiến thẳng về phương Đông - đến Pa-kít-xtăng, Ấn Độ, Áp-ga-nit-xtăng, Miến Điện, Thái Lan và cuối cùng là Ma-lay-di-a. Rồi sau đó tôi sang Anh-đô-nê-di-a là nơi mà tôi đâm ra yêu mến rồi chọn làm quê hương của tôi cho đến ngày hôm nay.
Beebe:	Và việc ông di chuyển đến Anh-đô-nê-di_a cụ thể là vào lúc nào vậy?
T.L:	Lúc đó là vào năm 1956, ờ không, năm 55 cơ.
Beebe:	Ông đã làm gì trong suốt thời gian ông đi du lịch? Ý tôi muốn nói ông mưu sinh như thế nào?
T.L:	Ờ, trong lúc tôi ở Ai Cập (sau khi rời quân ngũ) tôi cộng tác với một tờ báo Anh, vì vậy tôi đã thu thập được một ít kinh nghiệm về viết lách và khi tôi bắt đầu đi du lịch, tôi chỉ việc tiếp tục viết, như ông biết đấy, những bài nói về du lịch, đại khái là như thế. Và đó là bước tiên khởi. Tôi đã viết các tiểu mục về du lịch cho các tạp chí và tất nhiên là từ đó tôi cũng viết các tập hướng dẫn du lịch.
Beebe:	Trên thực tế thì ông đã viết được bao nhiêu quyển sách rồi?
T.L:	Ờ, khoảng cả thảy 14 quyển ạ.
Beebe:	Và ông đã cho ra quyển nhan đề là "chuyến Châu Á tốc hành". Ông có thể kể cho chúng tôi nghe một chút về quyển sách đó được không?
T.L:	Vâng, tất nhiên rồi. Tôi rất vui lòng. Quyển sách đó nói toàn về chuyến du lịch khắp Châu Á bằng xe lửa. Ông biết không, cách đây hai năm, tôi đã thực hiện chuyến du lịch rất ư kỳ thú từ It-xtan-bun đến Tô-ki-ô - tất cả đều bằng xe lửa.
Beebe:	Nghe có vẻ hơi bất tiện nhỉ?
T.L:	Vâng, đôi khi thì thế. Nhưng nói chung thì tôi rất thích chuyến đi đó. Đó thực sự là một lộ trình tuyệt diệu được thăm thú nhiều nước khác nhau và có dịp làm quen với dân tình - ông biết không nó tốt hơn nhiều so với đường hàng không. Nếu bằng đường hàng không thì thực tình ông chả thấy được gì cả. Vì vậy cho nên tôi đánh giá chuyến đi ấy rất cao.
Beebe:	Thế đấy. Cám ơn ông rất nhiều ông Thọrndike Lodge ạ. Truyện ông kể rất là lý thú. Và xin chúc ông được may mắn trong những chuyến du lịch sắp tới.
T.L:	Tất cả niềm vui của tôi là được tiếp ông đấy ạ.

❏ VOCABULARY

to statio steiʃn/ = đóng quân, mai phục. | Ex: - The troops stationed on the hill.

Các toán quân đóng trên đồi.
- The policemen stationed themselves among the bushes.
Các cảnh sát viên đã mai phục trong các bụi rậm.

to remáin státionary = án binh bất động

státionary (adj) = bất động ≠ móbile = cơ động

typical /'tipikl/ (adj) = điển hình, kiểu mẫu.

type (n) = mẫu điển hình // to týpify = làm điển hình, tiêu biểu.

to care for = bận tâm

mind you = please note that = xin lưu ý cho rằng

Ex: - They are getting divórced, I hear.
Họ tiến hành ly dị, tôi nghe nói vậy đấy.
- Mind you, I'm not surprised.
Lưu ý anh rằng tôi chẳng ngạc nhiên đâu.

Absolutely /'æbsəlu:tli/ (adj) = tuyệt nhiên, 1 cách tuyệt đối.

Ex: You must be absolutely impartial on that matter.
Anh phải tuyệt nhiên vô tư về vấn đề ấy nhé.

to loathe /ləuð/ = to dislike s/th greatly = ghét cay ghét đắng cái gì.

Ex: I loathe having to stay with that boaster.
Tôi ghét phải ở chung với tên khoác lác đó.

loathsome (adj) = đáng kinh tởm, gớm ghiếc.

Ex: - What a loathsome creature he is!
Cái tên ấy mới là một tên đáng kinh tởm làm sao!
Aids is now considered as one of the loathsome diseases in the world.
Bệnh Sida hiện được xem là một trong những căn bệnh đáng kinh tởm trên thế giới.

to loathe s/th with a passion = tởm cái gì đến phát khùng lên.

Ex: She said she loathed living with that guy with a passion.
Nàng bảo nàng ghét sống chung với gã ấy đến độ phát khùng.

to do back = to study without making any progress = học lùi lại

Hindi /'hindi:/ (n) = ngôn ngữ chính của miền Bắc Ấn.

In addition /ə'diʃn/ to = as well as = cũng như

Ex: In addition to subjects of natural science, we also have to study those of social science
Song song với các môn khoa học tự nhiên, chúng tôi cũng còn phải học các môn khoa học xã hội nữa.

to be discharged /dis'tʃa:dʒ/ = được xuất ngũ, được thả

Ex: - The accúsed man was found unguilty and discharged.
Bị cáo đã được nhận thấy vô tội và được thả.
- The wound is discharging pus = vết thương đang bể mủ

to turn out = hóa ra, trở nên.

Ex: After all, everything turned out well.
Cuối cùng thì mọi việc cũng hóa ra tốt đẹp.

To keep doing something = cứ tiếp tục.

Ex: I was tired to hear but she kept talking.
Tôi đã chán nghe rồi mà bà ta cứ tiếp tục nói mãi.

To fall in love with s/b = phải lòng ai.

Ex: They fell in love with each other while they were at highschool.
Họ đã phải lòng nhau khi còn học ở trường Trung học.

to support /sə'pɔ:t/ oneself = to earn one's living = mưu sinh

to support = cấp dưỡng. nâng đỡ, ủng hộ, cổ động.

Ex: - That chair will not suppórt a heavy person like you.

Chiếc ghế đó không chịu nổi một người phốp pháp như bà đâu.

- He has a big family to support.

Ông ấy có một gia đình đông để cấp dưỡng.

- We will support you in any círcumstance﹜

Chúng tôi sẽ hỗ trợ anh trong bất kỳ tình huống nào.

- I can't support his insolence any longer.

Tôi không thể chịu đựng nổi cái thái độ ngạo mạn của hắn ta được nữa.

Suppórt (n) = Sự hỗ trợ, cấp dưỡng.

Suppórter (n) = cổ động viên

Travel piece = tiểu mục về du lịch.

to recommend /ˌrekə'mend/ = khen ngợi, đề nghị, khuyên

Ex: - The Board of Directors recommended him highly.

Ban giám đốc đã khen ngợi anh ta rất nhiều.

- What do you recommend that I read?

Anh đề nghị giúp xem tôi sẽ đọc cái gì đây?

recommendation (n) = Sự khen ngợi, đề nghị, lời khuyên.

Ex: My recommendation is that you should see that film.

Lời khuyên của tôi là anh nên xem phim ấy.

BÀI 11 *(trang 81)*

1

Bồi:	Thưa ông, ông định gọi món gì chưa ạ?
Người đàn ông:	Vâng, tôi nghĩ rằng chúng tôi đã sẵn sàng rồi đấy. Janet sao em?
Người đàn bà:	Vâng, chắc em sẽ dùng món cá Hồi nướng.
Bồi:	Được lắm ạ - và bà thích dùng kiểu khoai tây nào cùng với món ấy ạ?
Người đàn bà:	Làm ơn cho kiểu luộc nhé.
Bồi:	Còn rau thì sao ạ?
Người đàn bà:	món búp súp lơ nhé... Ồ, không.. xin lỗi, chắc tôi thích món măng tây hơn.
Bồi:	Măng tây. Thưa bà vâng ạ. Súp hay xà lách trộn ạ?
Người đàn bà:	Xà lách đi.
Bồi:	Và bà ưng dùng món xà lách với loại nước sốt nào cơ. Kiểu Nga, pho mai nổi mốc xanh hay kiểu Pháp ạ?
Người đàn bà:	Tôi ưng nước sốt pho mai nổi nấm mốc xanh. (*)
Bồi:	Và bà thích dùng thức uống gì ạ?
Người đàn bà:	Cà phê, nhưng hãy gượm đã.
Bồi:	Được ạ thưa bà. Còn ông thì sao ạ?
Người đàn ông:	Tôi thích món thịt bê cốt lết.
Bồi:	Dạ thưa ông rất tiếc chúng tôi hết mất món bê cốt lết rồi ạ.

Chú thích: (*) một loại nước sốt thịnh hành ở Anh để cho pho mai chảy nước và để lâu cho đến khi nổi vân mốc màu xanh biếc lên rồi rưới lên món xà lách trộn (chú thích của người dịch)

Người đàn ông:	Ồ, ra thế. Vậy hãy mang cho tôi bò bí tết đi.
Bồi:	Thưa ông vâng ạ. Và ông muốn dùng món ấy kiểu nào ạ?
Người đàn ông:	Tái vừa thôi nhé.
Bồi:	Thưa ông được ạ. Còn xúp hay rau sà lách trộn ạ?
Người đàn ông:	Có những loại xúp gì thế?
Bồi:	Hôm nay có món xúp hành kiểu Pháp ạ.
Người đàn ông:	Nghe có vẻ được đấy. Cho tôi món xúp đó nhé.
Bồi:	Khoai tây tán, luộc hay nướng ạ?
Người đàn ông:	Nướng đi.
Bồi:	Còn rau ạ?
Người đàn ông:	Tôi ưng xúp lơ búp.
Bồi:	Thưa ông được lắm ạ. Và ông sẽ dùng thức uống chi ạ?
Người đàn ông:	Ngay bây giờ thì chưa. Cảm ơn anh.

2.

Chồng:	Anh sắp ra ngân hàng đây. Lúc về, em có muốn anh ghé vào siêu thị không nào?
Vợ:	Có lý đó anh.
Chồng:	Chúng mình cần những gì nào?
Vợ:	Để em kiểm lại tủ lạnh xem đã. Ồ, chúng ta chẳng còn chút bánh mì nào, vậy là một món này.
Chồng:	Vậy chúng ta cần một ổ bánh mì.
Vợ:	Đúng rồi, nhưng anh hãy mua loại bánh làm bằng bột mì nguyên chất ấy nhé. Em chả thích thứ trắng và lép kẹp ấy đâu.
Chồng:	Được rồi, thế còn bơ?
Vợ:	Thôi. Mình còn đủ.
Chồng:	Còn rau?
Vợ:	Ồ, chúng ta còn khối khoai tây và dưa chuột đây này, nhưng chúng ta lại chẳng còn quả cà chua nào.
Chồng:	Cà chua. Còn gì nữa không? Cải bắp? Rau diếp?
Vợ:	Anh nên mua thêm ít rau diếp nữa nhé. Mình chỉ còn nửa cây nữa thôi.
Chồng:	Thế còn trái cây?
Vợ:	Chúng ta còn ít quả cam, nhưng chả còn quả táo nào. Anh nên ghi món táo vào nữa đi.
Chồng:	Chúng mình có cần đến trứng không nhỉ?
Vợ:	Ừ, chúng ta chỉ còn lại có hai quả thôi. Anh nên mua thêm một lố nữa đi.
Chồng:	Còn sữa?
Vợ:	Không cần đâu. Mình còn đến nửa ga-lông cơ mà. Như thế là đủ.
Chồng:	Mình sẽ ăn món gì trong bữa chiều vậy?
Vợ:	Ơ, em chưa nghĩ đến khoản đó. Thế nào, mình ăn thịt lợn chặt cục để đổi món được không? Lâu lắm rồi mình chưa ăn lại món này mà.
Chồng:	Nghe được đấy. Chúng ta nên mua bằng nào?

Vợ:	Bốn cân là đủ đấy.
Chồng:	Được rồi. Thế thôi phải không nào?
Vợ:	Chắc vậy.

3.

a)

Thư ký nhà Bưu Điện:	Xin bà vui lòng đến đây ạ.
Khách hàng:	Tôi muốn mua sáu con tem loại 20 xu, năm tờ giấy viết thư gởi đường hàng không, và bốn bưu thiếp.
TK:	Sáu tem loại 20 xu, năm tờ giấy viết thư gởi đường hàng không và bốn bưu thiếp. cả thảy mất 3 đồng 32 xu ạ... Thưa bà đây là tiền thừa trong số 4 đồng của bà đưa đấy ạ.
Khách hàng:	Cám ơn nhiều nhé.

b)

Đứa con:	Mẹ ơi còn bánh không hả mẹ?
Người mẹ:	Bánh à? Con vừa ăn cách đây một tiếng đồng hồ rồi mà?
Đứa con:	Con biết, nhưng con đói bụng.
Người mẹ:	Thế tại sao con lại không ăn thế bằng trái cây đi?
Đứa con:	Eo ơi mẹ, con đâu muốn ăn trái cây. Thế không có bánh sô-cô-la miếng hả mẹ?

c)

Tổng đài viên ĐT:	Điện thoại đường dài đây. Quý khách cần chi ạ?
Người gọi:	Vâng ạ, tôi muốn gọi điện trực tiếp (*) đến Denver ạ.
TĐVĐT:	Tên của người bà định gọi ạ?
Người gọi:	Robert Richie.
TĐVĐT:	Bà đánh vần tên ấy ra sao ạ?
Người gọi:	Đó là R-I-T-C-H-I-E.
TĐVĐT:	Và số mấy ạ?
Người gọi:	Đó là 736-4859, nhưng tôi không biết mã số khu vực.
TĐVĐT:	Xin đợi chút ạ.

(*) person-to-person call: cú điện thoại một người (ở Hoa Kỳ) gọi cho một nhân vật đặc biệt nào (cũng ở Hoa Kỳ) qua tổng đài và lệ phí chỉ được trả khi người đầu dây bên kia thực sự trả lời.

❏ VOCABULARY:

baked salmon /beikt'sælmən/ (n) = món cá hồi nướng.

broccoli /'brɒkəli/ (n) = món súp lơ búp.

Cauliflower /'kɒliflauə/ (n) = súp lơ xòe.

Asparagus /ə'spærəgəs/ (n) = măng tây.

Crab soup with asparagus = xúp măng cua.

Dressing /'dresiŋ/ (n) = nước sốt dùng với rau trộn.

Blue cheese /blu:tʃi:z/ (n) = pho mai nước nổi nấm xanh.

Veal cutlet /vi:lkʌtlit/ (n) = thịt bê cốt lết

We are all out of... = chúng tôi hết mất cả...

Medium /'mi:diəm/ (adj) = vừa vừa

Rare /reə/ (adj) = tái

well-done /weldʌn/ (adj) = chín nhừ

Onion /ʌniən/ (n) = hành tây

garlic /'ga:lik/ (n) = tỏi

stuff /stʌf/ (n) = chất, thứ, loại (thức ăn)

cucumber /'kju:kʌmbə/ (n) = dưa chuột

tomato /tə'ma:təu/ (n) = cà chua

cabbage /'kæbidʒ/ (n) = cải bắp

Lettuce /'letis/ (n) = rau diếp.

turnip /'tɜ:nip/ (n) = xu hào.

A head (of cabbage, lettuce, cauliflower...) = một cây (bắp cải, rau diếp, xúp lơ...)

dozen /'dʌzn/ (n) = tá, lố.

ten /ten/ (n) = chục 10.

score /skɔ:/ (n) = 2 chục.

Gallon /'gælən/ (n) = ga-lông (≈ 3l 8): đơn vị đo lường (HK)

Pork chop /pɔ:ktʃɒp/ (n) = Thịt sườn heo chặt miếng to.

Change /tʃeindʒ/ (n) = việc thay đổi (không khí, món ăn); tiền lẻ.

aerogram /éərəgræm/ (n) = giấy viết thư dính liền phong bì (US).

Post card /pəust ka:d/ (n) = Bưu thiếp.

Cookies /kukiz/ (n) = US biscuit = bánh qui (HK)

Chocolate chip /'tʃɒklət tʃip/ (n) = Thỏi sô-cô-la thon dài.

Long-distance /lɒŋdistəns/ = điện thoại đường dài

Party /pa:ti/ (n) = (col.) = person = người kia (US).

Area code /érɪəkəud/ (n) = mã số khu vực

d)

Vợ: Mình ơi. Đến đây giúp em một chút nào?

Chồng: Tất nhiên rồi cưng ơi. Đang làm gì vậy?

Vợ: Em muốn treo tấm màn này lên.

Chồng: Được rồi. Sao cưng không giữ thang để anh treo nó lên.

Vợ: Cám ơn mình.

e)

Người bán hàng: Vâng thưa bà. Bà cần gì ạ?

Khách hàng: Vâng. Tôi muốn đổi lại chiếc áo ấm này.

Người bán hàng: Hình như có gì không ổn phải không ạ?

Khách: Ơ, cô thấy đấy. Tôi đã nhận áo này làm quà sinh nhật, nhưng nó sai cỡ mất rồi và còn gì nữa nhỉ! Tôi lại chả thích màu của nó.

Người bán Hàng: Bà có hóa đơn không ạ?

Khách: Có ạ.

Người bán hàng: Xin bà vui lòng cho xem ạ.

❏ VOCABULARY:

Sweetie /'swi:ti/ (n) = darling, honey = mình, cưng.

to put up = to raise, to hoist = treo, máng lên.

84

Ex: He put the flag up.

ông ta đã treo cờ.

To hold - held - held = cầm, giữ, nắm.

Ex: The little girl is holding her mother's hand.

Đứa bé gái đang nắm tay mẹ nó.

ladder /'lædə/ (n) = thang (di chuyển được).

To exchange /iks't∫eindʒ/ = trao đổi.

Foreign exchange = ngoại hối.

Exchange rate = tỷ giá hối đoái.

Exchange /iks't∫eindʒ/ (n) = sự trao đổi

In exchange for = để đổi lấy.

Ex: She cleaned her neighbour's house in exchange for a meal.

Bà ta lau nhà cho người hàng xóm để đổi lấy một bữa ăn.

Birthday present /'preznt/ (n) = quà sinh nhật.

to present /pri'zent/ = tặng

Ex: This book is presented to Mr... with deep respect.

Quyển sách này được tặng ông ... với lòng kính trọng sâu sắc.

Size /saiz/ (n) = cỡ, kích thước.

and what is more = và còn gì nữa nhỉ!

Receipt /ri'si:t/ (n) = biên lai, việc tiếp nhận.

Ex: - Please notify me upon receipt of the money order.

Xin thông báo cho tôi biết vào lúc nhận được bưu phiếu.

- The store clerk gave me the receipt for the cassette player I bought.

Người bán hàng đã trao cho tôi một biên lai của chiếc máy cát- sét mà tôi đã mua.

BÀI 12 *(Trang 88)*

1.

Đàm thoại 1:

A: Xin chào Bà Campbell. Mọi việc ra sao rồi ạ?

B: Không tệ lắm, cám ơn bà.

A: Còn ông Campbell có được khỏe không ạ?

B: Ồ, thực tế thì nhà tôi vừa mới nhập viện để giải phẫu ạ.

Đàm thoại 2:

A: Chào Penny. Mọi việc ra sao rồi?

B: Tốt, tốt đẹp lắm.

A: Làm cái gì ăn trưa chưa?

B: Ơ, thực ra thì tôi đã có hẹn ăn trưa với Bob Thomas.

Đàm thoại 3:

A: Bạn co nghe nói về Terry không nhỉ?

B: Không. Chuyện gì xảy ra vậy?

A: Anh ta thực sự bực dọc lắm. Anh ta không được chấp nhận vào bất kỳ một phân khoa đại học nào mà anh ta muốn theo học.

B: Sao lại không nhận nhỉ? Anh ta xếp hạng khá cao mà?

A: Tôi nghĩ đơn xin nhập học của anh ta đã được nhận quá trễ đối với học kỳ mùa Thu. (*)

(*) *Ở một số bang ở Hoa Kỳ, đại học được chia làm 3 học kỳ: Xuân (Spring term) H (Summer term) và Thu (Fall term) hoặc hai học kỳ: Hạ (Summer semester) và Đôn (Winter semester)   hoặc Xuân (Spring semester) và Thu (Fall semester).*

Đàm thoại 4:
A: Còn bố mẹ bồ khỏe không hả Sue?
B: Ồ, khỏe.
A: Thế còn bồ? Mọi việc ở trường đều êm xuôi cả chứ?

2. Phần 1:

Đàm thoại 1:
A: Cậu có nghe gì về Paul không nào?
B: Không, sao thế?
A: Cậu ta đã được thăng cấp.
B: Bạn đùa hay sao ấy chứ.
A: Không đâu- Họ đã bầu cậu ta làm Phó Chủ Tịch đặc trách thương mại.
B: Ồ, tôi khó mà tin được. Cậu ta mới làm việc ở công ty được có hai năm thôi mà.
A: Ở thì đúng vậy. Ban quản trị đã nhóm họp hôm thứ Sáu vừa qua, và họ đã chọn Paul.
B: Ồ, vậy mừng cho cậu ấy.

Đàm thoại 2:
A: Này, cậu có nghe gì về Jennie không nào?
B: Không, chuyện gì xảy ra vậy?
A: Nó sinh con rồi.
B: Ồ, tuyệt quá nhỉ. Bao giờ vậy?
A: Cách đây một, hai tuần.
B: Trai hay gái nào?
A: Một bé gái.
B: Ồ, hết xẩy rồi. Đúng như nó ước mơ phải không nào? Bọn nó định đặt tên cho con bé là gì vậy?
A: Tôi nghĩ là Christine.

Đàm thoại 3:
A: À này, cậu nghe nói gì về ông lão Brewster không nào?
B: Không, sao thế?
A: Ồ, lão mới bị tai nạn - ngã xuống thang lầu và gãy giò.
B: Ồ, trời đất ơi,. Khủng khiếp quá.
A: Ừ, nhưng bác sĩ bảo lão ta sẽ ổn thôi.
B: Ồ, cám ơn trời về điều đó. Chuyện xảy ra bao giờ thế?

A: Hôi hôm kia đấy.

B: Vậy ông ta vẫn còn nằm viện hả?

A: Phải. Bệnh viện Thánh Mary.

B: Vậy tôi sẽ gửi cho ông ta chút ít trái cây.

A: Ý kiến hay đấy. Ông lão sẽ thích cho mà xem.

Đàm thoại 4:

A: Bồ có nghe nói gì về Al và Cindy không nào?

B: Không. Họ lại choảng nhau nữa chứ gì?

A: Khô...ô...ng. Họ vừa làm đám hỏi với nhau.

B: Hẳn là bạn đùa mất rồi. Cặp ấy đó hả?

A: Vâng, bạn thân mến ơi, đến tôi cũng chẳng tin được nữa là, nhưng tôi đã nghe chính đương sự kể một cách rõ ràng mà. Sáng nay Cindy đã gọi điện báo cho tôi biết đấy.

B: Thế việc này đã diễn ra từ lúc nào vậy?

A: Cuối tuần qua trong chuyến đi trượt băng của họ.

B: Ồ, nếu vậy thì còn trời đất nào nữa! (*) Thế chừng nào thì họ lấy nhau?

A: Tháng Sáu tới đây.

B: Thật khó mà tin được.

(*) *đây là câu chửi thề rất phổ biến ở các Bang miền Nam Hoa Kỳ, nguyên văn "If it's true(I'll be damned (=darned)" (Nếu chuyện này có thật thì tao chết tử chết tiệt), vì nó không văn hóa nên người lịch sự chỉ nói lấp lửng "Oh! I'll be".(Chú thích của người dịch).*

Đàm thoại 5:

A: Cậu có nghe nói gì về Ron Baxter không nào?

B: Không. Hắn ta làm sao thế?

A: Hắn đã từ giã dương trần hôm thứ Năm vừa qua.

B: Ồ, khủng khiếp quá! Hắn chết vì bệnh gì vậy?

A: Ung thư.

B: Ung thư à! Thế mà tôi đâu biết hắn bị ốm.

A: Ốm đấy. Hắn đã nằm viện trong một thời gian.

B: Hắn được bao tuổi rồi nhỉ?

A: Bốn mươi lăm.

B: Tiếc quá nhỉ.

❏ VOCABULARY:

To enter /'entə/= to be admitted into= nhập viện.

Operation /,ɒpə'reiʃn/(n)= cuộc giải phẫu= súrgery.

Doing anything for lunch?= chuẩn bị món gì ăn trưa chưa?

To be upset /'ʌpset/ over something= bực mình vì cái gì.

Ex: He's upset over something.
Ông ta đang bực mình cái gì đó.

to get accepted /ək'septid/= được chấp nhận.

Ex: Due to his lack of English fluency,

he didn't get accepted to work in that company.

Do sự kém lưu loát trong tiếng Anh, anh ta không được vào làm trong công ty đó.

Semester /si'mestə/= học kỳ, lục cá nguyệt.

Promotion /prə'məuʃn/ (n)= sự thăng chức, quân hàm.

To promote /prə'məut/ = thăng cấp, cổ vũ, động viên.

Ex: - She worked hard and was soon promoted.
Cô ấy làm việc siêng năng và chẳng bao lâu thì được thăng cấp.
- The organization works to promote friendship between nations.
Tổ chức hoạt động để cổ vũ tình hữu nghị giữa các nước.

Vice President /vais'prezidənt/ (n) = phó chủ tịch.

To be in charge of = đặc trách, chịu trách nhiệm về.

Ex: Who is in charge of this department?
Ai phụ trách khoa này vậy?

charge /tʃa:dʒ/ (n) = care = sự chăm sóc.

Ex: These patients are under my charge.
Những bệnh nhân này đang chịu sự chăm sóc của tôi.

The board = the Board of Management= Ban quản trị.

Oh, Goodness = oh dear = trời đất ơi.

To get engaged /in'geidʒd/ = đính hôn.

Ex: They got engaged with each other last week.
Họ mới đính hôn với nhau tuần trước

To get something straight from the horse's mouth (col.) = nhận được tin gì từ miệng của nhân vật chính.

Ex: If I hadn't gotten the news straight from the horse's mouth, I would have never believed it.
Nếu tôi đã không nghe tin ấy do chính đương sự nói ra thì hẳn là tôi đã chẳng bao giờ tin nổi.

To pass away = to die = từ trần, khuất núi, cưỡi hạc.

Ex: The old man passed away last week and was buried hurriedly.
Lão già đã lìa đời tuần trước và được chôn cất vội vã.

To die of = chết vì.

Ex: That pop star has just died of Aids.
Ngôi sao nhạc pop ấy vừa chết vì bệnh Sida.

Cancer /'kænsə/ (n) = bệnh ung thư.

Ex: Doctors found a cancer on her breast.
Các bác sĩ đã tìm ra một khối ung thư trên ngực bà ta.

BÀI 13

(trang 98)

1.

Công An:	Anh bảo hắn ta khoảng tầm thước trung bình à?
Nạn nhân:	Vâng, đúng vậy- khoảng 1 mét 88 hoặc 1m90 gì đó thôi ạ.
Công an:	Còn sức nặng?
Nạn nhân:	Tôi không chắc nữa. Chắc là khoảng trung bình thôi. Có thể là hơi nặng chút xíu thôi ạ.
Công an:	Có dấu hiệu gì trên nét mặt hắn không?

Nạn nhân:	Không. Tôi không nghĩ là có đâu ạ.
Công an:	Có đeo kính không?
Nạn nhân:	Không ạ.
Công an:	Thế tóc tai hắn ra làm sao?
Nạn nhân:	Đen hoặc nâu đen ạ.
Công an:	Dài hay ngắn? Thẳng hay quăn từng lọn?
Nạn nhân:	Tôi nghĩ là thẳng và dài cỡ trung bình ạ.
Công an:	Trời đất ơi, điều này chẳng giúp gì nhiều cho chúng tôi đâu. Ai cũng có thể có dáng dấp như thế được cả. Thế còn quần áo của hắn. Hắn ăn mặc ra sao nào?
Nạn nhân:	Ơ, hắn ta mặc một chiếc áo sọc ca rô nhiều màu như ông biết đấy, loại áo mà dân xe be vẫn thường mặc ấy.
Công an:	Được rồi, bây giờ thì có tạm chút mấu cứ rồi. Thế còn quần?
Nạn nhân:	Màu thẫm, có lẽ xanh thẫm, có lẽ đen. Tôi không chắc nữa.
Công an:	Còn giày loại gì nào?
Nạn nhân:	Giày bốt.
Công an:	Loại giày bốt cao bồi ấy chứ gì?
Nạn nhân:	Không, loại giày bốt để đi bộ xa cơ - màu nâu ạ.
Công an:	Được rồi, điều đó lại càng giúp chúng tôi thu hẹp phạm vi điều tra của mình lại. Bây giờ thì tôi muốn ông nhìn qua vài bức ảnh xem.

2.

A:	Xin lỗi ạ. Hình như là tôi đánh mất chiếc khăn quàng cổ rồi ạ.
B:	Ồ, thế ạ. Vậy tôi phải điền giúp bà vào bản báo cáo mất và tìm của này. Bà nói là một chiếc khăn quàng cổ phải không nào?
A:	Đúng thế ạ.
B:	Khăn thuộc loại hàng gì thưa bà?
A:	Ơ, đó là một chiếc khăn lụa vuông ạ. Màu đỏ với nét hoa văn màu đen trên đó ạ.
B:	Thế ạ. Khoảng bao lớn cơ?
A:	Tôi đoán nó to khoảng sáu tấc vuông ạ.
B:	Sáu tấc vuông. Và nó đáng giá cỡ nào ạ?
A:	Ơ, đó quả là một chiếc khăn đắt giá ạ. Tôi dám nói nó phải khoảng 30 đô la cơ đấy.
B:	Và bà đã bỏ quên nó ở đâu cơ?
A:	Tôi khá chắc rằng tôi đã bỏ quên nó trong quán cà phê ở tầng lầu 5 ạ.
B:	Và lúc mấy giờ cơ?
A:	Tôi nghĩ là khoảng 1 giờ 30 ạ.
B:	Khi rời khỏi quán cà phê thì bà đã đi đâu nào?
A:	Tôi đã đến gian hàng bán giày, và sau đó thì tôi đến đây ạ.
B:	Tôi tin chắc rằng nó sẽ tìm lại được thôi. Bây giờ xin bà cho biết quí danh ạ?
A:	Thomas. Bà Edna Thomas.
B:	Và địa chỉ của Bà nữa, Bà Thomas ạ?
A:	Số 20 phố King, hộ 5B.

B: Và làm ơn cho số điện thoại của bà nữa nào?

A: 893-2124.

❑ **VOCABULARY:**

Average /'ævərɪdʒ/ (adj & n) = (mức) trung bình, bình quân.

To suppose /sə'pəuz/ = to think = cho là.

Mark /ma:k/ (n) = dấu vết.

Checked /tʃekt/ (adj) = sọc ca rô (vải) sặc sỡ.

Plaid /pleid/ (adj) = sọc ca rô.

Lumberjack /'lʌmbədʒæk/ (n) = dân xe be, tải gỗ.

Pants /pænts/ (n) = quần (US)= trousers.

Hiking boots /haikɪŋbu:t/ (n) = giầy bốt để đi bộ xa.

That narrows it down a little = điều đó đã thu hẹp phạm vi điều tra lại (ý nói không còn phải suy nghĩ mơ hồ vì không có dấu vết mấu cơ nào).

Scarf /ska:f/ (n) = khăn quàng.

Lost and found report = bản cớ mất tài sản để nhờ tìm lại.

Design /di'zain/ (n) = hình vẽ, hoa văn.

To be worth /wɜ:θ/ = trị giá.

Ex: I paid only two hundred dollars for this used motorcycle but it's worth a lot more.

Tôi đã trả 200 đô cho chiếc xe gắn máy xài rồi này nhưng nó trị giá còn hơn thế nhiều.

pretty /'preti/ (US) (adj) = rather = khá.

to turn up (Idiom) = 1. to be found (especially by chance) = tìm lại được. 2. increase = gia tăng. 3. arrive = đến.

Ex: - I'm sure your lost bicycle will turn up some day.

Tôi tin chắc rằng chiếc xe đạp bị mất của anh một ngày nào đó sẽ tìm lại được.

- Investment is turning up sharply.

Việc đầu tư đang tiến triển nhanh.

- We arranged to meet at the movies at eight, but she failed to turn up.

Chúng tôi đã dàn xếp để gặp nhau ở rạp hát lúc tám giờ, nhưng nàng không đến được.

BÀI 14   (trang 104)

1.

A: Chào chị Sally. Xin chúc mừng đã trở về. Vùng duyên hải miền Tây thì ra sao nào?

B: Hết xẩy. Tôi hưởng được một khoảng thời gian tuyệt diệu. Được rời phố thị ít lâu thật quả là thú vị.

A: Chị có cảm tưởng gì về L.A?

B: Nó cũng được vậy, tôi thích nó hơn tôi tưởng nhiều. Nó sạch sẽ và rộng rãi và có nhiều cây cối. Vấn đề đáng nói là việc vận chuyển. Dịch vụ xe buýt khủng khiếp quá, và tất nhiên, chúng lại không có đường xe điện ngầm, thế nên việc đi lại đó đây hơi khó khăn. Chúng tôi đã phải thuê một ô-tô.

A: Và chị đã tham quan được những nơi nào rồi?

B: Ồ, những chỗ thông thường thôi. Chúng tôi lái xe vòng khắp Hollywood và ngắm những căn nhà của các ngôi sao điện ảnh, rồi sau đó thì chúng tôi đến phim trường Universal và khu Disneyland.

A: Chị có thích khu Disneyland lắm không?

B: Nó tuyệt vời lắm! Bọn tôi đã thực sự tận hưởng thời gian ở đó. Chúng tôi đã dự mọi chuyến xe đi ngoạn cảnh, một số nơi phải tham quan đến hai lần, và nhiều thú vui lắm cơ. Tôi cảm chừng như mình bé trở lại.

A: Thời tiết ở đó có tốt không?

B: Ồ, tốt chứ. Ở L.A thì trời đẹp và nắng ấm, còn San Francisco thì hơi lạnh nhưng lại tiện nghi.

A: Ở San Francisco mà trời lại hơi lạnh à?

B: Ừ, nó cũng khiến bọn tôi hơi ngạc nhiên đôi chút nữa. Bọn tôi lại không mang theo áo ấm hoặc bất kỳ thứ gì. Nhưng họ bảo tiết trời tháng Tám ở đó luôn luôn như thế. Dù gì đi nữa thì tôi cũng thích hơi đó. Có lẽ đó là thành phố đẹp nhất nước Mỹ- cả những ngọn đồi và vùng vịnh và những căn nhà cổ thơ mộng xây cất kiểu thời Nữ Hoàng Victoria nữa.

A: Vậy là chị thích nó còn hơn cả L.A nữa phải không?

B: Phải rồi. Ở đó có nhiều cảnh để ngắm và nhiều việc để thực hiện. Và vì nó nhỏ hơn L.A nên việc đi lại đây đó cũng dễ dàng hơn nhiều. Có rất nhiều xe buýt và xe điện và tất nhiên là cả xe điện treo nữa.

A: Thế chị thích cái gì nhất nào?

B: Ồ, tôi chả biết nữa, khó mà nói được lắm. Tôi thích công viên Golden Gate (Cổng Vàng) và cầu tàu của dân chài cá. Nhưng tôi nghĩ thích hơn cả là việc du ngoạn bằng xe điện treo. Đó là thú vui nhộn nhất.

Lúc đó thì bãi biển này vẫn thường ít đông đúc hơn nhiều. Trong những ngày đó, bạn có thể đi dạo nơi này mà không phải đâm sầm vào người ta cứ vài thước một. Tôi còn nhớ tôi vẫn thường ngồi chỗ này một mình và ngắm cảnh mặt trời lặn. Thật là thanh tĩnh, thật là yên bình- chẳng có chiếc máy thu thanh phát nhạc Rock, chả có tiếng ồn ào của xe cộ. Bạn chỉ nghe toàn tiếng sóng vỗ bờ. Và nó cũng thường sạch sẽ hơn nhiều. Bạn đâu có trông thấy lon, chai lọ và rác rưởi như thế kia đâu- chỉ một ít mảnh gỗ từ đại dương trôi dạt vào.

Thành phố cũng khác nữa cơ. Tất nhiên lúc đó thành phố cũng bé hơn nhiều. Có vài cửa hiệu, vài nhà ngân hàng và một rạp chiếu phim và chỉ có vậy thôi. Bạn đâu có thấy cả những khách sạn và cửa hàng lộng lẫy vào thời đó và cũng chẳng có những hộ chung cư nữa. Phần lớn cư dân sống trong những căn nhà gỗ nhỏ, sơn toàn màu trắng và rất xinh.

Sau chiến tranh thì mọi thứ đều đổi thay hết. Các binh sĩ đã đồn trú nơi đây đều trở lại và tạo dựng thành phố. Họ bắt đầu gầy dựng gia đình và dân số gia tăng. Thế rồi du khách đến thăm dần- mỗi năm một nhiều thêm lên. Đó cũng là lúc mà họ xây dựng lên các khách sạn kia- mỗi cái to hơn cái về sau. Tất cả đều trông như những con quái vật trố mắt nhìn ra đại dương và chực chờ chuyến máy bay đầy ắp du khách sắp đến.

Tất nhiên, đồng tiền của khách du lịch có nghĩa là thêm nhiều công ăn việc làm, nhưng nó cũng có nghĩa phải thêm nhiều đường xá, ô tô, tình trạng ô nhiễm tăng thêm và giá cả tăng thêm dần. Ông bạn đã vào siêu thị chưa nào? Ông bạn đã thăm dò giá cả chưa nào? Ông bạn có biết rằng chúng tôi có giá thực phẩm cao nhất nước Mỹ không nào? Và chúng tôi cũng phải chịu giá nhà cao nhất nữa đấy. Ông bạn đã đọc báo chưa nào? Không thể nào tin được đâu. Một người có mức thu nhập trung bình chẳng thể nào mua nổi một căn nhà ở đây nữa đâu. Ông bạn phải là một nhà triệu phú mới được. Và họ bảo như thế này là tiến bộ đấy. Ồ, ông bạn có thể chấp nhận nếp sống này, riêng tôi tôi sẽ chọn những ngày thơ mộng cũ.

❏ VOCABULARY:

Spacious/'spei∫əs/ (adj) = very large = rộng rãi.

Ex: This is quite a spacious square.

Quảng trường này quả thật là rộng.

transportation /,trænspɔ:'tei∫n/ (n) = việc/vấn đề di chuyển = (US) tránsport.

Means of transportation = phương tiện di chuyển.

Ex: What means of transportation do you need to get there?

Anh cần phương tiện gì để đi đến đó?

to transport /træns'pɔ:t/ = vận chuyển, chuyên chở.

Ex: Were the goods transported by ship or by plane?

Hàng hóa đã được vận chuyển bằng đường tàu hay đường hàng không?

Subway /'sʌbwei/ (n) = đường xe điện ngầm, đường hầm dành cho khách bộ hành (Mỹ).

Ride /raid/ (n) = chuyến đi ngoạn cảnh (bằng ngựa, xe).

to have a ride (US) = to take a lift (UK)= đi nhờ xe, quá giang.

Ex: May I have a ride (= take a lift) in your car?

Tôi có thể đi nhờ xe của ông được không ạ?

To go by thumb (US slang) = xin đi nhờ xe, quá giang. (bằng cách đứng choán đầu xe và ngoắt bằng ngón cái).

Cool /ku:l/ (adj) = mát (ở xứ nhiệt đới); hơi lạnh (ở Mỹ)

cool it (Id.) = calm down = bình tĩnh lại nào!

Surprising /sə'praiziŋ/ (adj) = strange (lạ lùng).

To surprise gây ngạc nhiên.

Ex: She's only thirty? Oh, you surprise me!

Cô ấy mới có 30 thôi à? Ồ, anh làm tôi ngạc nhiên đấy!

Surprise (n)= sự ngạc nhiên.

Ex: What a nice surprise!

Thật là một sự ngạc nhiên thú vị.

Charming /'t∫a:miŋ/ (adj)= duyên dáng, thơ mộng.

Ex: - What a charming young lady!

Thật là một thiếu nữ duyên dáng!

- What a charming landscape!

Thật là một phong cảnh nên thơ!

Streetcar /'stri:t ka:/ (n) = tram car, trolley bus= xe điện.

Cable car /keibl ka:/ (n) = xe điện treo.

Wharf /wɔ:f/ (n) = pier = cầu tàu.

Crowded /'kraudid/ (adj) = đông đúc ≠ deserted (hoang vắng)

To be crowded with = chật ních.

Ex: During the rush hours, all the streets are crowded with people.

Trong những giờ cao điểm, tất cả

đường phố đều chật ních người.

To bump into /bʌmp/ = đâm sầm vào, tông vào.

Ex: Because of the dark, he bumped into the door.

Vì trời tối, anh ta đã đâm sầm vào cánh cửa.

Used to /'juːs tə/ (v) = thường hay (chỉ thói quen trong quá khứ).

Ex: He used to smoke two packets of cigarettes a day.

Trước kia anh ta vẫn thường hút mỗi ngày hai gói thuốc.

Will = (chỉ thói quen ở hiện tại) thường hay.

Ex: - Boys will be boys! (saying).

Con trai lúc nào mà chả thế!

- When the cat is away, the mice will play. (proverb)

Lúc mèo đi vắng, chuột thường hay nô đùa (vắng chủ nhà gà vọc niêu tôm.)

Peaceful/'piːsfl/ (adj)= thanh bình.

Ex: - Switzerland is a peaceful country.

Thụy Sĩ là một nước thanh bình.

- It was really a peaceful evening.

Đó thật quả là một buổi chiều êm ả..

Shore /ʃɔː/(n) = bờ.

Ex: Seashore = bờ biển; Lake shore = bờ hồ (but: riverbank = bờ sông.)

Junk /dʒʌŋk/ (n) = rác rưởi, vật phế thải.

Ex: They took the junk to the city dump.

Họ đưa rác rến đến hố rác thành phố.

To be based /beist/ = to be stationed = đồn trú, đóng quân.

To settle down /setl daun/ = to make one's home = an cư.

To raise /reiz/ = to support = nuôi nấng, bảo bọc.

Population /ˌpɒpjuˈleiʃn/ (n) = dân số.

populous /'pɒpjuləs/(adj) = đông dân.

Ex: China is a populous country.

Trung Quốc là một nước đông dân.

To grow = to increase = gia tăng.

To grow /grəu/, grew /gruː/, grown /grəun/ = trở nên, mọc, phát triển.

Ex: - The child's growing rapidly

Thằng bé lớn lên khá nhanh.

- Plants need water to grow.

Cây cần nước để mọc.

- Due to hard labour, he grew older.

Do lao động cực nhọc, anh ta trở nên già đi.

Growth (n) = sự tăng trưởng.

Monster /'mɒnstə/ (n) = quái vật.

Monstrous /'mɒnstrəs/ (adj) =kỳ quái.

Planeload /'plein ləud/ (n) = chuyến phi cơ đầy ắp khách.

Pollution /pə'ljuːʃn/ (n) = sự ô nhiễm.

pollute /pə'luːt/ = to make dirty = làm ô nhiễm.

Ex: That river was polluted with filthy waste from the factories on its banks.

Con sông đó đã bị ô nhiễm vì chất thải bẩn từ các nhà máy ở hai bên bờ.

to check out /tʃek aut/ = rà lại xem, thăm dò xem.

Ex: They checked out the prices from some markets before making a big purchase.

Họ đã dò giá cả ở vài chợ trước khi thực hiện việc mua sắm đáng kể.

Housing cost /hauziŋ kɒst/ (n) = giá mua bán nhà cửa.

You can have (= accept) it = bạn thì có thể chấp nhận được.

To have = (here) to accept.

Ex: I won't have you saying such things about my sister.

Tôi sẽ không chấp nhận việc anh nói những điều như thế về em gái tôi.

Đàm thoại 1:

A: Ồ, chào chị Joanne. Chị từ Canada về hồi nào vậy?

B: Mới vừa tuần rồi ạ.

A: Nơi đó ra sao?

B: Ồ, tôi thích nơi đó lắm. Chị biết không, em chỉ thăm viếng có Montreal và Ottawa thôi. Nhưng em hưởng được khoảng thời gian tuyệt vời.

A: Vậy hãy kể cho em nghe những nơi đó ra làm sao nào?

B: Ồ, cả hai đều là những thành phố nên thơ, nhưng em đặc biệt thích khu trung tâm của Montreal.

A: Montreal rất lý tưởng cho việc mua sắm, phải không?

B: Ồ, vâng. Thật ra thì lý tưởng hơn ở Ottawa nhiều. Có một số cửa hàng cực kỳ lộng lẫy và cả vài nhà hàng tuyệt diệu nữa.

A: Thế còn Ottawa?

B: Ơ, Ottawa là một nơi thơ mộng, sạch và yên tĩnh hơn Montreal. Đó là một nơi lý tưởng để ngoạn cảnh. Có đủ loại viện bảo tàng và phòng triển lãm nghệ thuật, nhưng nếu muốn cảnh náo nhiệt thì chị cần phải đến một thành phố lớn như Montreal.

Đàm thoại 2:

A: Tôi định đi Hồng kông và Xinh-ga-po vào tháng tới.

B: Ồ, thật vậy à? Thú quá nhỉ! Năm ngoái tôi đã ở đó rồi và thực tình thì tôi thấy thích lắm.

A: Thế còn Xinh-ga-po thì sao cơ?

B: Ơ, nó nhỏ hơn, ít nhộn nhịp hơn nhiều, và cũng sạch sẽ hơn nhiều. Ở đó cũng có vài cửa hiệu sang nhưng chị không thể so sánh chúng với những cửa hiệu ở Hồng Kông.

A: Thế vấn đề ngoạn cảnh ở Xinh-ga-po ra sao nào?

B: Tôi thích lắm. Có những chuyến du lịch bằng thuyền đến các đảo gần, và các chuyến tham quan các chợ thì thật quyến rũ. Thực ra thì tôi thấy nó hấp dẫn hơn Hồng kông.

Đàm thoại 3:

A: Chị thích Ai-Cập lắm không?

B: Ồ, thật là hết xẩy. Đó là một trong những nơi lý thú nhất mà tôi đã từng đi tham quan.

A: Chị đã đi những đâu nào?

B: Ồ, tôi đã lưu lại phần lớn ở Cairo và Luxor.

A: Có gì đáng xem tại Cairo?

B: Ồ, thực ra thì chẳng có gì nhiều lắm đâu, nhưng có một viện bảo tàng, và những kim tự tháp ở Giza và thật chỉ có thế.

A: Thành phố đó ra sao?

B: Nó rất rộng, thật mênh mông, và các đường phố thì luôn luôn nhộn nhịp và bẩn thỉu.

A: Nhưng tôi vẫn nghĩ là chị thích nó.

B: Vâng, trong một chừng mực nào đó thôi. Nó thật khác biệt, nhưng tôi thích Luxor hơn. Luxor là một thị trấn nhỏ ngay hai bên bờ sông Nile. Nó rất thanh tĩnh và yên bình và sạch sẽ hơn Cairo nhiều. Và thực tình thì tôi đã đi ngoạn cảnh nhiều ở nơi đó. Ngôi đền Kamak ở gần đó và bên kia con sông là thung lũng của các vì vua. Đó là nơi an táng tất cả thi hài của các Pha-Rông Ai Cập.

A: Thế chị có mua gì ở đó không?

B: Ồ, tất nhiên rồi. Có vài cửa hiệu sang trọng ở Luxor, với đủ loại hàng hấp dẫn, nhiều hơn ở Cairo. Thực ra tôi đã mua một xâu chuỗi bằng vàng. Anh có muốn xem không nào?

A: Tất nhiên.

❏ VOCABULARY:

Fabulous /'fæbjuləs/ (adj) = marvellous (kỳ diệu; *Incredibly great* = cực kỳ tuyệt diệu.

Ex: It was quite a fabulous performance.
Đó thật quả là một buổi biểu diễn tuyệt diệu.

Sightseeing /'saitsi:iŋ/ (n) = việc ngoạn cảnh.

Ex: Dalat is one of the most ideal resorts for sightseeing.
Đà Lạt là một trong những nơi lý tưởng nhất để ngoạn cảnh.

Excitement /ik'saitmənt/ (n) = cảnh náo nhiệt, bon chen.

Market tour /'ma:kittuə/ (n) = chuyến đi thăm chợ.

Fascinating /'fæsineitiŋ/ (adj) = quyến rũ, hấp dẫn.

To fascinate = làm mê hoặc, quyến rũ.

Ex: Her beauty has fascinated everybody in the party.
Vẻ đẹp của nàng làm mê hoặc mọi người trong bữa tiệc.

Luxor /'luksə/ (n) = thành phố nhỏ trên bờ sông Nile.

Cairo /'kairəu/ (n) = thủ đô Ai Cập.

Pyramid /'pirəmid/ (n) = kim tự tháp.

Giza /gizə/ (n) = một địa danh gần Cairo, Ai Cập, nơi có các kim tự tháp.

That's really something - thật là như vậy đó.

Spread out (adj) = immense = mênh mông.

To spread - spread - spread /spred/ = trải rộng.

Temple /'templ/ (n) = ngôi đền thờ.

Close by /kləuz bai/ = very near (rất gần).

Valley /'væli/ (n) = thung lũng.

Pharaoh /'færəu/ (n) = tước vị của hoàng đế Ai Cập.

To bury /béri/ = chôn cất, mai táng.

Burial /bériəl/ (adj) = thuộc về mai táng (n) lễ an táng.

Ex: Cremation is now more common than burial in some Asian countries.
Hỏa táng hiện đang thịnh hành hơn an táng ở một vài nước Á Châu.

Necklace /'neiklis/ (n) = xâu chuỗi.

(Tên các quốc gia - ngôn ngữ - dân tộc và Thủ Đô.)

A

- *Afghanistan* /æfgæ'nistɑːn/ (n): in West central Asia.
  (Afghani /'æfgæni/) Cap. *Kabul* /kɑ'buːl/
- *Albania* /æl'beiniə/: in South East Europe.
  (Albanian /æl'beiniən/) Cap. *Tirana* /'tiərənə/
- *Algeria* /æl'dʒiə iə/: in North West Africa.
  (Algerian) Cap. *Algiers* /'ældʒiəz/
- *Angola* /'æŋgəulə/: in South West Africa.

- (Angolan) Cap. *Luanda* /'luəndə/
- *Argentina* /,ɑːdʒən'tinə/: in South East Latin America.
  (Argentinian) Cap. *Buenos Aires* /bu'einəs airiːz/
- *Australia* /,ɒs'treiliə/: in South Pacific.
  (Australian) Cap. *Canberra* /'kænbərə/
- *Austria* /'ɒstriə/: in central Europe.
  (Austrian) Cap. *Vienna* /vi'enə/

B

- *Belgium* /'beldʒəm/: in the North of France, Europe.
  (Belgian) Cap. *Brussels* /'brəslz/
- *Bermuda* /bə'mjuːdə/: a group of British islands in the Atlantic.
  (Bermudan) Cap. *Hamilton* /'hæmiltn/
- *Bolivia* /bə'liviə/: in West central Latin America.
  (Bolivian) Cap. *Lapaz* /lapaz/
- *Botswana* /bɒt'swɑːnə/: in South Africa, a member of the British Common Wealth.
  (Botswanan)

- *Brazil* /brə'zil/: in the East of South America.
  (Brazilian) Cap. *Brasilia* /brə'ziliə/
- *Britain* /'britn/: Island in North West Europe.
  (British) Cap. *London* /'lɒndn/
- *Brunei* /'bruːnai/: in the East of Asia.
  (Bruneian) Cap. Brunei /'bruːnai/
- *Bulgaria* /bʌl'geəriə/: in South East Europe.
  (Bulgarian) Cap. *Sofia* /'səufiə/
- *Burma* /'bɜːmə/: in South East Asia.
  (Burmése) Cap. *Rangoon* /ræn'guːn/

C

- *Cambodia* /kæm'bəudiə/ (n): Kampuchea (S.E.A)
  (Cambodian) Cap. *PnomPenh* /'nɒmpeiŋ/
- *Cameroon* /,kæmə'ruːn/: in West central Africa.
  (Cameroonian) Cap. *Yaoundé* /'jaundei/
- *Canada* /'kænədə/: in North America

- (Canadian) Cap. *Ottawa* /'ɒtəwə/
- *Central African Republic* /'sentrəl .æfrikənripʌblik/ .(n): in North Central Africa. Cap. *Bangui* /'bæŋgi/
- *Ceylon* /si'lɒn/: Srilanka
  (Ceylonese or Srilankan) Cap. *Colombo* /kə'lɒmbəu/

- *Chad* /tʃæd/: in central Africa
  (Chadian) Cap. *Fort Lamy* /fɔ:t lami/
- *Chile* /'tʃili/ (n): SW coast of South America
  (Chilean) Cap. *Santiago* /,sænti'eigəu/
- *China* /'tʃainə/ (n): Asia.
  (Chinese) Cap. *Peking* /'pi:kiŋ/
- *Colombia* /kə'lɒmbiə/ (n): in North West of South America.
  (Colombian) Cap. *Bogota* /bəugə'ta/
- *Congo* /'kɒŋgəu/ (n): in central Africa.
  (Congolese) Cap. *Leopoldville* /leiəu'pəudvi:l/
- *Costa Rica* /,kɒstə'rikə/ (n): in central America
  (Costa Rican) Cap. *San José* /san həu'sei/
- *Cuba* /'kju:bə/ (n): in the West Indies, South of Florida.
  (Cuban) Cap. *Havana* /hə'vænə/
- *Cyprus* /'saiprəs/: in Eastern Mediterranean, South of Turkey.
  (Cypriot) Cap. *Nicosia* /,nikə'siə/
- *Czechoslovakia* /,tʃekəuslə'vækiə/: in central Europe.
  (Czechoslovakian) (Citizen: Czech) Cap. *Prague* /prag/

D

- *Denmark* /'denma:k/: in North West Europe.
  (Danish /'deiniʃ/) Cap. *Copenhagen* /,kəupən'heigən/
- *Dominica* /də'minikə/: in West Indies.
  (Dominican) Cap. *Santo Domingo*
- *Dominican Republic*: same.

E

- *Ecuador* /'ekwɔdɔ:/ (n): North West of South America.
  (Ecuadorian) Cap. *Quito* /'kitəu/
- *Egypt* /'i:dʒipt/ (n): on the Mediterranean and the Red Sea (North East Africa)
  (Egyptian) Cap. *Cairo* /'kairəu/
- *El Salvador* /el'sælvədɔ:/: in South Central America.
  (Salvadorian) Cap. *San Salvador* /sæn'sælvədɔ:/
- *England* /'iŋglənd/: South Britain except Wales
  (English) Cap. *London* /'lɒndən/
- *Equatorial Guinea* /,ekwə'tɔ:riəl'gini/: in West Africa.
  (Equatorial Guinean) Cap. *Conakry* /'kɒnəkri/
- *Ethiopia* /,i:θi'əupiə/: North East Africa.
  (Ethiopian) Cap. *Addis Ababa* /'ædis'abəbə/

F

- *Finland* /'finlənd/: in North East Europe.
  (Finnish) Cap. *Helsinki* /'helsiŋki/
- *France* /fra:ns/: West Central Europe
  (French) Cap. *Paris* /pæris/

G

- *Gabon* /gæ'bɒn/: in West Central Africa.
- (Gabonese) Cap. *Libreville* /,librə'vi:l/

- *Gambia* /'gæmbiə/: on Western coast of Africa.
  (Gambian) Cap. *Bathurst* /'ba:θə:st/
- *Germany* /'dʒə:məni/ (n) = Europe
  (German) Cap. Berlin (formerly: Bonn)
- *Ghana* /'ga:nə/:
  (Ghanaian) Cap. *Accra* /ə'kra:/
- *Gibraltar* /dʒi'brɔ:ltə/: a British Colony.
  (Gibraltarian)
- *Greece* /gri:s/: in the Southern Balkan Peninsula, on the Mediterranean.
  (Greek) Cap. *Athens* /'æθənz/

- *Grenada* /'grineidə/: an island in West Indies.
  (Grenadian) Cap. *St. George's*
- *Guatemala* /,gwa:tə'ma:lə/: Central America.
  (Guatemalan) Cap. *Guatemala*
- *Guinea* /'gini/: in Western Africa.
  (Guinean) Cap. *Conakry*
- *Guyana* /gai'ænə/: in North Eastern S. America.
  (Guyanese) Cap. *George Town*

H

- *Haiti* /'heiti/: island in West Indies.
  (Haitian) Cap. *Port-au-Prince*
- *Holland* /'hɒlənd/: in North West Europe.
  (Dutch) Cap. *The Haig* /heig/
- *Honduras* /'hɒndjuərəs/: in Central America.

(Honduran) Cap. *Teguciĝalpa* /te:gusi'ga:lpa/
- *Hungary* /'hʌŋgəri/: in the East of Central Europe.
  (Hungarian) Cap. *Budapest* /bjudə'pest/

I

- *Iceland* /'aislənd/: island in the North Atlántic.
  (Icelandic - Icelander) Cap. *Reykjavik* /'reikjəvik/
- *India* /'indiə/: in South Asia.
  (Indian) Cap. *New Delhi* /nju:'deli/
- *Indonesia* /,ində'niziə/: islands in S.E Asia.
  (Indonesian) Cap. *Jakarta* /dʒa:'ka:ta/
- *Iran* /i'rɒ:n/: in South West Asia
  (Iranian) Cap. *Teheran* /'teəra:n/

- *Iraq* /i'ra:k/: in near East.
  (I'raqi) Cap. *Bagdad* /'ba:gda:d/
- *Ireland* /'aiələnd/: in the West of Britain
  (Irish) Cap. *Dublin* /'dʌblən/
- *Israel* /'izreil/: in the Near East.
  (Israeli) Cap. *Tel Aviv* /tel ə'viv/
- *Italy* /'itəli/: in the South of Central Europe
  (Italian) Cap. *Rome* /rəum/
- *Ivory Coast* /'aivəri kəust/: in West Africa.
  (Ivorian) Cap. *Abidjan* /'æbija:n/

J

- *Jamaica* /dʒə'meikə/: island in the W. Atlantic.
  (Jamaican) Cap. *Kingston* /'kiŋstən/
- *Japan* /dʒə'pæn/: island in East Asia, NW.

Pacific.
  (Japanese) Cap. *Tokyo* /'təukiəu/
- *Jordan* /'dʒɔ:dn/: in the Near East.
  (Jordanian) Cap. *Amman* /'a:ma:n/

K

- *Kampuchea* /,kæmpu't∫iə/: Cambodia.
- *Kashmir* /,kæʃmiə/: a state of Northern India.
  (Kash'miri) Cap. *Srinagar* /sri:'nugə/
- *Kenya* /'kenjə/: in East central Africa.
  (Kenyan) Cap. *Nairobi* /nai'rəubi/
- *Korea* /kə'riə/: in North East Asia.

North Korea: Cap. *Pyongyang* /'piɔ:ŋya:ŋ/
South Korea: Cap. *Seoul* /səul/
(Korean)
- *Kuwait* /ku'weit/: in Eastern Arabia, on the Persian Gulf.
  (Kuwaiti) Cap. *Kuwait*

L

- *Laos* /'la:ɒs/: in North Western part of the Indochinése peninsula.
  (Laotian) Cap. *Vientiane* /vi'ent∫iən/
- *Labanon* /'lebənən/: on the Mediterranean, in Western Asia.
  (Lebanése) Cap. *Beirut* /'beirut/
- *Lesotho* /lə'su:tu/: South East Africa, a member of the Commonwealth - (Sotho. -Cit. Ba'sotho)
- *Liberia* /lai'biəriə/: on the Western coast of Africa.
  (Liberian) Cap. *Monrovia* /mɒn'rəuviə/

- *Libya* /'libiə/: in Northern Africa, West of Egypt.
  (Libyan) Cap. *Tripoli* /'tripəli/
- *Liechtenstein* /'liktənstain/: West Central Europe.
  (Liechtenstein - Liechtensteiner) Cap. *Vaduz* /'va:du:s/
- *Luxemburg* /'lʌksəmbə:g/: in the South East of Belgium
  (Luxemburg - Luxemburger) Cap. *Luxemburg.*

M

- *Madagascar* /,mædə'ga:skə/: on the South Eastern coast of Africa, coexistence with Malagasy.
  (Madagascan) Cap. *Tananarive* /'ta:nana:riv/
- *Malawi* /mə'la:wi/: in South Eastern Africa.
  (Malawian) Cap. *Zomba* /'dʒɒmba:/
- *Malaysia* /mə'leiziə/: in South East Asia.
  (Malaysian) Cap. *Kuala Lumpur* /'kwɔlə 'lʌmpə/
- *Mali* /'ma:li/: in North West Africa.
  (Malian) Cap. *Bamako* /ba:ma:kəu/
- *Malta* /'mɔ:ltə/: on a group of islands in the Mediterranean.
  (Maltése) Cap. *Valletta* /va:'letə/
- *Mexico* /'meksikəu/: in the South of North

America.
  (Mexican) Cap. *Mexico city*
- *Monaco* /'mɒnəkəu/: in the South East of France.
  (Monegasque)
- *Mongolia* /mɒn'gəuliə/: in the North East of central Asia.
  (Mongolian) Cap *Ulan Bator Khoto* /'ju:la:nba:tɔ/
- *Morocco* /mə'rɒkəu/: in North West Africa.
  (Moroccan) Cap. *Rabat* /rə'ba:t/
- *Mozambique* /məuzæm'bi:k/: in South East Africa.
  (Mozambiquean) Cap. *Lourenço Marques* /ləu'rensəu'ma:kiz/

N

- *Nepal* /ni'pɔːl/: in the North East of India.
  (Nepalése) Cap. *Katmandu* /kaːtmaːnʼjuː/
- *The Netherlands* /ˈniðəːləndʒ/: Holland.
- *New Zealand* /ˌnjuːˈziːlənd/: in the South
  Pacific.
  (New Zealand / New Zealander) Cap.
  Wellington /ˈweliŋtən/
- *Nicaragua* /ˌnikəˈrægjuə/: in central
  America.

- (Nicaraguan) Cap. *Managua* /maːnaːˈgwaː/
- *Niger* /niːˈʒeə/: in West Africa.
  (Nigérien) Cap. *Niamey* /ˈniəmei/
- *Nigeria* /naiˈdʒiəriə/: in West Africa.
  (Nigérian) Cap. *Lagos* /ˈleigɔs/
- *Norway* /ˈnɔːwei/ (n): in Northern Europe
  (Norwégian) Cap. *Oslo* /ˈɒsləu/
- *Oman* /əuˈmaːn/: in Southern Arabia.
  (Omani) Cap. *Muscat* /ˈmʌskət/

P

- *Pakistan* /paːˈkistaːn/: on the Peninsula of
  India.
  (Pakistani) Cap. *Rawalpindi* /ˌrawəlˈpindi/
- *Palestine* /ˈpæləstain/: on the Eastern coast
  of the Mediterranean
  (Palestinian) Cap. *Jerusalem* /jəruːˈsaləm/
- *Panama* /ˈpænəmaː/: in central America.
  (Panamanian) Cap. *Panama* /ˈpænəmaː/
- *Paraguay* /ˈpærəgwai/ in central South
  America.
  (Paraguayan) Cap. *Asunción* /aˈsənsiˈjɔːn/

- *Peru* /pəˈruː/: in South America.
  (Peruvian) Cap. *Lima* /ˈliːmə/
- *Philippines* /ˈfilipiːnz/
  (Philippine/ Filippino) Cap. Manila
  /məˈnilə/
- *Poland* /ˈpəulənd/: in East Europe.
  (Polish) Cap. *Warsaw* /ˈwɔːsɔ/
- *Portugal* /ˈpɔːtʃugl/: in South Western
  Europe
  (Portuguése) Cap. *San Juan* /sænˈhwæn/

R

- *Romania* /ruːˈmeiniə/: in South central
  Europe.
  (Romanian) Cap. *Bucharest* /ˌbuːkəˈrest/
- *Russia* /ˈrʌʃə/: USSR

- (Russian) Cap. *Moscow* /ˈmɒskau/
- *Rwanda* /ruˈændə/: in central Africa.
  (Rwandan) Cap. *Kigali* /kiˈgaːli/

S

- *Saudi Arabia* /ˌsaudi əˈreibiə/: in central
  Arabia.
  (Saudi/ Saudi Arabian) Cap. *Riyadh*
  /riːˈyaːd/ and *mecca* /ˈmekə/
- *Scotland* /ˈskɒtlənd/: in Northern Britain.
  (Scottish/ - Scotsman/ - woman) Cap.
  Edinburgh /ˈednbərə/

- *Senegal* /ˌseniˈgɔːl/: in North West Africa.
  (Senegalése) /ˌsenigəˈliːz/ Cap. *Dakar*
  /dəˈkaː/
- *Singapore* /ˌsiŋgəˈpɔː/: in South East Asia.
  (Singaporean/ Sing) Cap. ʼSingapore
- *Somalia* /səˈmaːliə/: in North East Africa.
  (Somali) Cap. *Mogadiscio* /ˌməugəˈdiʃəu/

- *Spain* /spein/: in South West Europe. (Spanish/ Spaniard) Cap. Madrid /mə'drid/
- *Sri Lanka* /sri:'læŋkə/: Ceylon.
- *Sudan* /su:'da:n/: in North East Africa. (Sudanése) Cap. *Khartoum* /ka:'tu:m/
- *Sweden* /'swi:dn/: in Northern, Europe.

- (Swedish) Cap. *Stockholm* /'stɒkhəum/
- *Switzerland* /'switsələnd/: in central Europe.
- (Swiss) Cap. *Bern* /bə:n/
- *Syria* /'siriə/: in the Near East.
- (Syrian) Cap. *Darmascus* /də'mæskəs/

T

- *Tahiti* /ta:'hi:ti/: a group of islands in the South Pacific.
  (Tahitian)
- *Taiwan* /tai'wa:n/: island in the West Pacific.
  (Taiwanése) Cap. *Taipei* /tai'pei/
- *Tanzania* /,tænzə'niə/: in Eastern Africa. (Tanzanian) Cap. *Dar es Salaam* /da:ets sə'la:m/
- *Thailand* /'tailænd/: in South East Asia. (Thai) Cap. *Bangkok* /bæŋ'kɒk/
- *Tibet* /ti'bet/: in central Asia. (Tibetan) Cap. *Lhasa* /la:'sa/
- *Togo* /'təugəu/: in Western Africa.

- (Togolese) Cap. *Lome* /'ləumə/
- *Tonga* /'tɒŋgə/: a group of islands in the South Pacific.
  (Tongan) Cap. *Nukualofa* /,nukuə'ləufə/
- *Trinidad* /'trinidæd/ and *Tobago* /tə'beigəu/: an island in the West Indies.
  (Trini'dadian - Tobagan / toba'gonian) Cap. Port of Spain /pɔ:t əv spein/
- *Tunisia* /tju:'niziə/: in Northern Africa. (Tunisian) Cap. *Tunis* /'tu:nis/
- *Turkey* /'tɜ:ki/: in the Near East, on the Mediterranean.
  (Turkish) Cap. *Ankara* /'æŋkərə/

U

- *Uganda* /ju:'gændə/: in East central Africa. (Ugandan) Cap. *Kampala* /ka:m'pa:lə/
- *Uruguay* /'juərəgwai/: in the Southern of

South América.
(Uru'guayan) Cap. *Montevideo* /,mɒntəvə'diəu/

V

- *Venezuela* /,veni'zweilə/: in Northern South America.
  (Vene'zuelan) Cap. *Caracas* /kə'ra:kəs/

- *Vietnam* /vjet'na:m/: in S.E.A, on the Indochinése Peninsula.
  (Viëtnamsese) Cap. *Hanoi* /ha:'nɔi/

W

- *Wales* /weilz/: in West Britain. (Welsh /welʃ/; Welshman /-woman/
- *West Indies* /West'indiz/: a large group of

islands between the U.S.A and South America.
(West Indian)

Y

- *Yemen* /'jemən/: an Arab Kingdom in S.W.Arábia.
  (Yemeni) Cap. *San'a* /sa:'na:/

- *Yugoslavia* /ˌju:gəu'sla:viə/: on the Balkan peninsular, in South East Europe.
  (Yugoslavian/ Yugoslav) Belgrade /'belgreid/

Z

- *Zambia* /'zæmbiə/: in Southern Africa.

  (Zambian) Cap. *Lusaka* /lu:'sa:kə/